VĂN HỌC MỚI
TẠP CHÍ VĂN HỌC NGHỆ THUẬT

PHÁT HÀNH MỖI THÁNG / 1 SỐ (1 NĂM 12 SỐ) Năm thứ VIII

Editor-in-Chief: HÀ NGUYÊN DU

Assistant Editor-in-Chief : NT LỆ THU

General Secretary : Lệ Thu & Vương Thư Sinh

Secretary & Manuscript Reader : Bạch Xuân Phẻ

Senior Editor: NGUYÊN HÀ

Publishing Technology:
Phạm Hồng Thái & Ngã Phương Huyền

Thư từ, bài vở, ngân phiếu - xin gởi về:
(Văn Học Mới - New Literature Magazine)

Tòa Soạn
(Newsroom)
To: HA NGUYEN
10291 Arundel Ave.
Westminster, CA 92683 - 5821

vanhocmoi4@gmail.com
ntlthu1016@gmail.com
tapchivanhocmoi.tho@gmail.com

https://tapchivanhocmoi.com
https://vanhocmoi.com

ĐẠI DIỆN PHÁT HÀNH

Canada**: Phan Ni Tấn** <phannitan@yahoo.ca>
Canada : **Hoàng Xuân Sơn** <hoangxuanson@hotmail.com>
Minnesota: **Kimchi Hoang** < hkimchi2006@gmail.com>
Georgia: **Đức Phổ**<dducpho@gmail.com>
Massachusetts: **Lâm Chương** <lamchuong495@gmail.com>
Louisiana: **NgT Hồng Hải**<nhattannguyen575@yahoo.com>
Houston: **Nguyễn Minh Triết**<lntt_2000@yahoo.com>
San Jose: **Phạm Hồng Thái**<thaihpham@gmail.com>
Paris:**Trang Thanh Truc<trangthanhtrucparis@yahoo.fr>**
VN: NT Lệ Thu<ntlethu1016@gmail.com>
Germany **Trần Văn Tích**

Số ghi danh Quốc Hội Hoa kỳ: ISSN 2690 - 4276

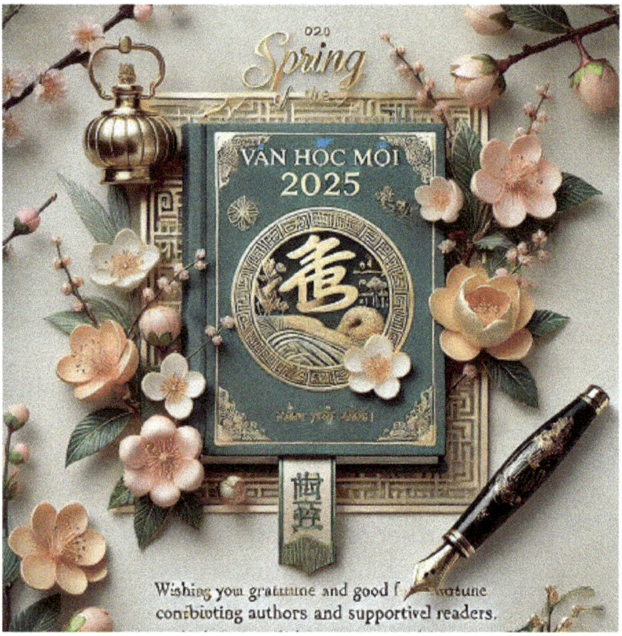

"Chúc mừng mùa xuân Ất Tỵ 2025! Xin gửi lời tri ân sâu sắc đến quý tác giả đã đồng hành sáng tạo nên những tác phẩm giá trị, đóng góp ý nghĩa cho sự phát triển của Văn Học Mới. Chúc một năm mới thịnh vượng, nhiều cảm hứng sáng tác và thành công!"

"Wishing you a joyful Spring of the Year of the Snake 2025! Heartfelt thanks to all authors for their dedication in creating valuable works that contribute meaningfully to the growth of VAN HOC MOI. May the new year bring prosperity, inspir

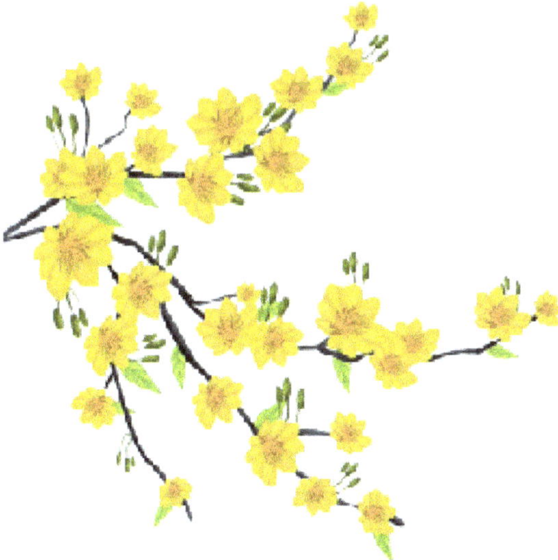

TRONG SỐ NÀY

XUÂN ẤT TỴ NĂM 2025

NGUYỄN VĂN SÂM • HOÀNG XUÂN SƠN • TRẦN VĂN TÍCH • NGUYỄN KIẾN THIẾT • HUYỀN THANH • TRÚC LAN • LỘC BẮC • NGÔ NGUYÊN NGHIỄM • NGUYỄN MINH TRIẾT • LÊ TRÚC KHANH • HUỲNH LIỄU NGẠN • SA CHI LỆ • TRẦN VIỆT HẢI • LÂM HẢO DŨNG • SAN PHI • MINH NGUYỄN • KHẾ IÊM • PHẠM QUỐC BẢO • LÊ HỮU MINH TOÁN • NGÃ PHƯƠNG HUYỀN • NGUYỄN HÒA -TRƯỚC • HÀ NGUYÊN DU • VIÊN DUNG • PHAN HẠ DU • LƯƠNG THIẾU VĂN • NAM GIAO • QUYÊN DI • TUỆ TRUNG • NGUYÊN ĐINH TỪ LAM • QUẢNG XUÂN • HOÀNG CHÍNH • TRẦN QUÝ TRUNG • VŨ HOÀNG THƯ • HỒ XOA • TIỂU LỤC THẦN PHONG • TUỆ TÂM • XUÂN THỦY • HUỲNH VIẾT TƯ • TRẦN THANH DŨNG • HỨA HIẾU • LÊ LIÊN • PHAN TƯỞNG NIỆM • NGƯỜI SÔNG HẬU • LÊ VĂN HIẾU • TÔN NỮ MỸ HẠNH • DAN HOANG • NGUYỄN AN BÌNH • LÊ KHÁNH NHÂM • NGUYỄN VŨ SINH • ĐẶNG XUÂN XUYẾN •

mục lục

VĂN HỌC MỚI SỐ 37
XUÂN ẤT TỴ 2025

VĂN HỌC MỚI
TẠP CHÍ

LỜI TÒA SOẠN
VĂN HỌC MỚI SỐ 37

***

XUÂN ẤT TỴ 202

Kính thưa quý tác giả cộng tác với
Văn Học Mới và quý bạn đọc thân mến...

Năm Mới Ất Tỵ 2025 đã đến, mang theo nhiều hy vọng lạc quan với đầy ắp niềm tin cho một chặng đường thăng tiến mới trong hành trình sáng tạo Văn Học Nghệ Thuật.

Trên tinh thần đó, chúng tôi xin gửi lời Tri Ân Sâu Sắc đến quý vị tác giả đã trọn lòng góp những tác phẩm tâm huyết của mình cho Văn Học Mới, và đặc biệt quan tâm duy trì ủng hộ báo dài hạn ... Cùng với quý bạn đọc mạnh mẽ tương trợ đến sự sống còn của tờ báo...

Trong suốt hành trình đã qua, tạp chí chúng ta như một kỳ quan đặng sáng, kiên trì đối mặt với những khó khăn, thử thách. Chính nhờ những bước chân thừa dũng cảm, chúng ta đã từng bước tạo nên những ngọn lửa khí phách, soi sáng và tăng cường niềm tin vào sức mạnh văn hóa. Từ đó, chúng ta đã tập hợp được những *"bông hoa tài năng"* khắp mọi miền đất nước, cũng như sự góp mặt quý giá của những cây bút gạo cội trong dòng chảy văn học hải ngoại.

Tất cả điều đó đã góp phần làm nên một "bức thành đồng" kiên cố hơn, tăng sự gắn bó, đoàn kết trong giới văn nghệ.

Nhân dịp **Xuân Ất Tỵ,** *Văn Học Mới* xin quý vị tiếp tục cùng chúng tôi *đóng góp sáng tạo, phát triển nội dung, nâng cao chất lượng văn học ngày càng lên tầm cao mới.*

***Chúc quý vị Một Mùa Xuân An khang, Thịnh Vượng,* và tràn đầy cảm hứng sáng tạo.**

Kính quý
Tạp chí Văn Học Mới

NGUYỄN VĂN SÂM

Giới Thiệu

THƠ ĐI TÂY

Tác giả Vạn-Phước dit[1] Nguyễn-Bá-Thời 1934
Cũng để thấy trong lúc biến động gia đình lý tán người vợ trẻ có hai thái độ, một là đáng kính hai là đáng thương.

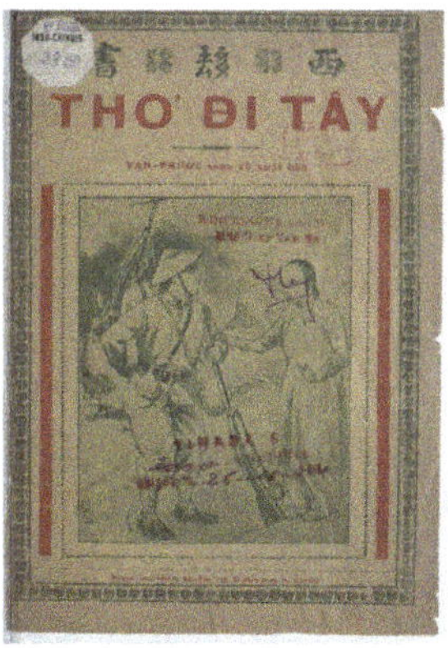

Từ năm 1930 đến năm 1939, ông Nguyễn Bá Thời, bút hiệu Vạn Phước cho xuất bản nhiều tác phẩm ăn khách kịch liệt. Các quyển sách mỏng nầy, thường là 16 trang, in tới in lui từ lúc mới xuất bản cho đến giữa thập niên 60 của thế kỷ 20 mới chịu lui vào bóng tối vì xã hội bây giờ có nhiều thứ giải trí khác và vì thể loại truyện thơ lục bát cùng là những quyển tiểu thuyết viết theo lối cũ và thững tuồng hát bội xa xưa với nhiều chữ khó đã hết ưa chuộng. Dầu sao, sản phẩm của tác giả Nguyễn Bá Thời đã một thời ngự trị văn đàn, thôi miên độc giả bình dân

1. **Dit**: tự là. Đây có nghĩa bút hiệu.

hơn ba mươi năm và từng ảnh hưởng nhiều đến lối suy nghĩ cùng cách sống của người đồng bằng miền Nam một thời gian dài.

Đại khái ông Nguyễn Bá Thời cho xuất bản ba loại tác phẩm:

A. Tiểu thuyết: Say Tình Quên Nghĩa (1932), Danh Dự và

Ái Tình (1935), Giọt Máu Chung Tình (1935), Nát Ngọc Tan Vàng 1, 2 (1935), Oan Lớn Bằng Trời (1935), Nhẹ Gánh Cang Thường (1935), Âm thầm (1939).

B. Tuồng hát bội: Tuồng Tiết Đinh San Cầu Phàn Lê

Huê (1934),

C. Truyện thơ: Chánh Đức Du Giang Nam (1932), Thơ Chàng Nhái (1933), Thơ Hậu Chàng Nhái (1932), Thơ Hậu Dương Ngọc (1932), Thơ Hậu Lâm Sanh (1933), Thơ Hậu Thạch Sanh (1932), Thơ Thoại Khanh Châu Tuấn (1932), Thơ Hậu Thoại Khanh (1932), Thơ Hậu Vân Tiên (1932), Thơ La Thành (1932), Thơ Đương Dương Trường Bản (1932), Thơ Tiết Nhơn Quí Đầu Quân (1934), Thơ Quan Công Phục Huê Dung (1933), Thơ Lý Công (1934), Thơ Nam Kinh Bắc Kinh (1933), Thơ Trần Đại Lang (1932), Thơ Gã Vợ Cho Bạn (1932), Thơ Tứ Đỗ Tường 1, 2 (1934), Thơ Nhị Thập Tứ Hiếu (1933), Thơ Cậu Hai Miên(g) (1934), Thơ Túy Kiều Đời Nay (1932), Thơ Đi Tây (1934).

Viết nhiều và viết đa dạng, tác giả nầy đã có thời gian ảnh hưởng rất lâu trên thói ăn nết ở của dân chúng miền Nam cũng như trên văn đàn lúc đó vì vậy giá trị nhân văn của ông đáng được nghiên cứu sâu xa. Ở đây chúng tôi chỉ giới thiệu về quyển *Thơ Đi Tây* thôi vì cho tới nay chưa ai nói tới quyển nầy.

Đó là một truyện thơ dính dáng nhiều đến xã hội đương thời dầu rằng ông cũng có nhiều cuốn khác dính dáng nhiều tới thời đại như Thơ Túy Kiều Đời Nay, Thơ Tứ Đỗ Tường và hầu hết những quyển tiểu thuyết của ông.

Truyện kể về trường hợp của hai người đàn bà trẻ trong hoàn cảnh chồng mình theo lời khuyến dụ của chánh phủ Pháp ở Nam Kỳ đã lên đường tòng chinh 'sang Pháp diệt Đức tặc' trong Chiến Tranh Thế Giới lần 1 (1913-1932). Một người thủ tiết đợi chồng về, một người chịu không được cảnh cô phòng đã bứt xiềng dư luận, bỏ mặc ba đứa con thơ ra đi sống theo cách mình muốn. Dĩ nhiên hai cái kết khác nhau của hai phụ nữ nầy. Nội dung nầy khiến người đọc ngày nay - sau 1975 - thấy trước mắt hoạt cảnh xã hội nước ta mấy chục năm gần đây, chỉ khác đôi chút nho nhỏ…

Trước khi đi vào chính chuyện, ông Vạn Phước nói về công ơn của Đại Pháp đối với nước Việt như một sự che mắt **'ăng ten văn nghệ'** thời đó để giữ mình:

*Kể từ **Đại Pháp** sang qua,*
Quốc dân Nam Việt thật là thảnh thơi.
Lê dân lớn nhỏ mừng vui,
Xa gần khắp chốn nơi nơi thái bình[2].

Sự kiện ca tụng Đại Pháp trong thơ văn có thể gọi là phổ quát nhưng thường hầu như chuyện đề cao quá đáng hay nói về một tương lai mơ ước rất đáng khinh của những tác giả gần đây nơi quê nhà.

Người Pháp bình định được những cuộc kháng chiến và trên đà xây dựng để giữ vùng đất ViễnĐông nầy lâu dài. Nhưng rồi thì biến động xảy ra ở chánh quốc, Đức đánh Pháp, Pháp thất thế vì thua vũ khí, thiếu chuẩn bị cho chiến tranh khiến quân tướng chết quá nhiều:

***Mỗi** ngày quân sĩ bỏ thây,*
*Tính **cũng** trót ngoài mấy vạn mấy muôn.*
Thật là trong buổi chiến trường,
Mạng người sánh thật là dường cỏ cây.
Còn đây rồi phút mất đây,
*Thây người chất đống sánh tày Thái-**San.***
Máu người chảy thể Hà giang,

2. Khác với trường hợp Petrus Ký nói thẳng như một thái độ người hùng, không ca tụng Pháp - Xem *Thơ Nằm Giỡ* trong **Thông Loại Khóa Trình**.

Một trái phá giết muôn ngàn sanh linh.
Bao nhiêu tướng với binh,
Buổi nầy bỏ mạng thảm tình biết bao.

Ông Vạn Phước Nguyễn Bá Thời trung thành với tiêu chí của mình, binh vực nước Pháp, kết tội nước Đức, đau xót vì sự thua thiệt của dân Pháp và nước Pháp:

Đang khi an ổn sanh linh,
Thình lình nổi việc chiến tranh long trời.
Làm cho thiên hạ đang vui,
*Bỗng nhiên **khốc** hại vô hồi thiết tha…*
*Gần xa khốn **đốn** muôn nhà,*
Thảy đều náo động cùng là thở than.
Đức quốc ỷ sức dọc ngang,
*Quyết cùng Đại **Pháp** gây đàng hơn thua.*
*Gây nên khói **lửa** sớm trưa,*
Lê dân khốn hại mới vừa lòng cho.

Dân chánh quốc chết chóc, đau khổ khiến ảnh hưởng dây chuyền tới nước Việt Nam ta: Người Pháp mộ binh thuộc địa tạo nên cảnh tan nát gia đình, cuộc đời thay đổi của nhiều người ở đây.

---

2. Khác với trường hợp Petrus Ký nói thẳng như một thái độ người hùng, không ca tụng Pháp - Xem Thơ Nằm Giõ trong **Thông Loại Khóa Trình.**

Quan trên chạy dấy khắp phương,
Mộ binh thuộc địa giúp đường chiến tranh.

Những lý do đưa ra để 'mời gọi' tùng chinh rất nhiều, Đại khái có thể kể:

1. Dân thuộc địa không thể làm ngơ khi bên chánh quốc cần:

Nam-kỳ thuộc địa của người,
*Ngày nay **hữu** sự há ngồi đặng yên.*
*Ngày nay **hữu** sự quốc gia,*
*Quốc dân Nam-**Việt** khó mà làm ngơ.*

Thầy lo thì tớ cũng lo,

*Lẽ đó bao giờ thì **cũng** vậy thôi.*

2. Công ơn người Pháp đã khai hóa dân ta rất lớn, ta giúp Đại Pháp có chết cũng là vinh hạnh:

*Đại-**Pháp** ơn thể đất trời,*

***Dắt dìu** dân chúng những hồi xưa nay.*

Bây giờ có sự như vầy,

***Lẽ** nào ta chẳng ra tay giúp người.*

…..

***Chẳng** may dầu có thác đi,*

Cũng là rỡ tiết sá chi đâu là.

Lại còn con vợ mẹ cha,

Nhà nước châu cáp thật là ấm no.

Sau khi mở đầu dài dòng lý do tại sao có chuyện Đi Tây, tác giả giới thiệu hai gia đình nhơn vật chánh. Thầy Long: chủ gia đình chí thú làm ăn, không chơi bời, lương đủ xài, có ba con, đứa lớn mới sáu tuổi, cửa nhà vui vẻ. Nghe chuyện của Đại Pháp bị tấn công xính vính, thầy Long muốn tòng chinh. Vợ và mẹ phản đối nhưng thầy Long khăng khăng quyết chí ra đi, nói rằng nước Nam mang ơn Đại Pháp nhiều như thiết lập các ông sở, mở trường học, phát học bổng để người nghèo cũng có thể tiến thân như thầy đây chẳng hạn:

Xin mẹ mựa chớ lo âu,

Con nay phú ở trời cao định phần.

***Chẳng** mai chiến địa **trãi** thân,*

Con trẻ mãn phần cũng thỏa dạ riêng.

Con dầu hồn xuống huỳnh tuyền,

*Vẹn ân vẹn **ngãi** rất nên thỏa lòng.*

….

Hôn con quặn thắt lòng mình,

*Xong rồi **trổi** bước vào thành Ô-**Ma**[3].*

Giới thiệu xong người trí thức thầy Long, tác giả sang qua người thợ bình dân hãng Ba Son: Tám Keo. Tám Keo làm thợ, tiền lương ba chục đồng mỗi tháng. Lương không cao nhưng hai vợ chồng sống cũng đủ đầy. Nghe tin chánh phủ Pháp mộ lính anh Tám Keo suy nghĩ:

Vợ chồng tuy lấy lâu rồi,

Nhưng đứng làm người phải chịu công danh.

Nếu ta vì một chữ tình,

Để nó buộc mình khó nỗi lập nên.

Người vợ năn nỉ chồng đừng đi, nguy hiểm cho tánh mạng, vã lại tình vợ chồng sao nỡ đành dứt áo xuống tàu đành đoạn bỏ vợ lại cô phòng. Tám Keo không nhiều chữ nghĩa, chẳng nói gì đến công ơn Đại Pháp với nước Việt, với dân Việt là những khái niệm trừu tượng, anh chỉ nói rằng mình muốn thỏa chí trai, chuyện còn mất, chuyện vợ chồng anh chẳng cần nghĩ đến.

Anh đây là phận làm trai,

Làm cho rõ mặt râu mày hùng anh.

Phen nầy mộ lính tùng chinh,

***Quản** bao hai chữ **tử** sanh mất còn.*

Anh giải thích với vợ theo cách thực tế của người bình dân:hoặc là ở vậy đợi chồng về, cùng hưởng vinh hoa, hoặc là đi lấy chồng khác.

Như mầy[4] tiếc lúc xuân xanh,

Thì mầy cải giá cho đành dạ riêng.

Chớ tao nay chẳng ép duyên,

Tự mầy liệu định chớ nên lo sầu.

……….

Nếu như tiếc phận thuyền quyên,

Thì em cứ việc thay duyên đổi tình.

---

3. Nay là khu nhà khách cho các cán bộ lớn, gần trường Petrus Ký cũ.
4. Cũng như bao nhiêu người trong Nam đầu thế kỷ 20, chồng nói với vợ bình thường hay dùng từ không mấy êm tai: **mầy tao**. Khi dỗ dành mới sang qua cặp từ **anh em**. Cặp từ **bậu qua, tương đồng nghĩa với cặp từ anh em,** nhưng có chút gì đó nổi trội trong sự biểu lộ tình cảm thương yêu**, nên gần một thế kỷ trước** chỉ được dùng khi tán tỉnh trước khi nàng '**chịu đèn**' thôi.

Còn em có tấm lòng thành,
Thì em khá ráng chờ anh trở về.

Rồi hai người trai lên đường sang Pháp dự cuộc chiến – lính Đông Dương đến nơi thì được xếp vô lính thợ. Tác giả chú trọng đến hai người vợ của họ. Thiếm thông Long sau nầy có một kết cuộc bi thảm vì đã bỏ nhà, bỏ con cái ra đi, mong lập đời mới nhưng bị dòng đời xô đẩy nên sa đọa vô động đèn đỏ đèn xanh và mang bịnh yên hoa. Thiếm thông đã phát bịnh đau, Dương mai hoa liễu xiết bao thảm tình.

Cái kết cuộc của thiếm Long như nàng Thạch Vô Hà trong tuồng Kim Thạch Kỳ Duyên mà ông Bùi Hữu Nghĩa phóng tác từ một tác phẩm Trung quốc hơn một thế kỷ trước.

Trong khi đó Thị Keo, vợ của công nhân Ba Son Tám Keo thì thủ tiết ở nhà, sinh hoạt bình thường tuy rằng cực khổ khi phải đối phó với cường hào mong chiếm được thân xác chị. Và chị đã cự tuyệt tối đa - như vợ Thằng Lãnh Bán Heo, một tác phẩm đồng thời.

Chuyện kết với sự kiện hai người lính kia trở về đều có chức phận -Thầy Long làm quan Một, Tám Keo làm chức đội nhứt. Vợ Tám Keo được trăm bề cao sang, còn Thiến Thông thì đã 'Mồ hoang cỏ lạnh ngậm ngùi thiên thu.'

Cũng như bao nhiêu truyện thơ thời đó (thập niên 30 tới 60), tác giả đưa ra lời răn dạy về đạo đức: 'Sanh ra là phận má hường, Tiết trinh khá giữ mọi đường mới nên.'

Nhìn một cách tổng quát Thơ Đi Tây có thể được xếp loại là truyện thơ luân lý răn đời tuy rằng nó dùng chính cái xã hội đương thời làm hình ảnh biểu tượng, khác với phần lớn truyện thơ khác dùng nhân vật của những thời đại xa xưa với vua chúa, tướng tài, Tiên Phật, với những nhơn vật xuống trần từ thương giới….

Không có ý hướng tả chân xã hội nên ông Vạn Phước không nói nhiều về sự trấm luân hay kiên trinh của hai người đàn bà, Ông cũng không nói gì về đời sống chiến binh của hai người chồng, không nói về con đường sang mẫu quốc gian nan cả tháng trường trên tàu chật hẹp. Ta cũng không thấy ông nói về chánh sách bắt đi lính sang

Pháp như thế nào. Hù doạ, bắt cóc lúc nửa đêm? Theo luật lệ hay theo tiền tài? Những hứa hẹn và đãi ngộ? Tiếc quá. Phải chi ông Nguyễn Bá Thời viết thêm cuốn Trên Đất Tây kể về đời sống của lính thợ với một vài trường hợp người lính thợ ở lại mẫu quốc thì hay biết mấy.

Thơ Đi Tây có tính cách xã hội và ghi dấu thời đại. Loại nầy còn có cuốn Cậu Hai Miêng (1934) của ông, cuốn Cậu Hai Miêng cộng với cuốn Thơ Sáu Trọng của Nguyễn Kim Đính (1930), Thơ Thầy Thông Chánh là những cuốn thơ dính dáng nhiều tới những nhân vật thời thế cũng đưa ra được những thực tế của xã hội gần một thế kỷ trước.

Dính dáng chút gì tới Sàigòn, sinh hoạt loại thơ nầy ta có thể tìm thấy trong các Thơ Bảy Tài, Thơ Sáu Nhỏ, Túy Kiều Đời Nay, Vân Tiên Ghiền, Vân Tiên Cờ Bạc, thơ Tứ Đỗ Tường… Những cuốn nầy, tôi cho rằng người viết thấy được mặt xấu của xã hội, nhưng không dám, hay không muốn nói thẳng mà chỉ nói mé mé. Nói mé mé còn cho thấy có chút lương tâm của người nói và ích lợi cho người thế hệ sau khi đánh giá xã hội thời đại mình muốn khảo sát hơn là những ngòi bút vì lẽ nầy hay lẽ khác, nói chuyện trên trời dưới biển mà không dám mô tả những xấu xa của xã hội thời nhà văn đương sống với những gì họ nghe thấy trái tai gai mắt hằng ngày…

NGUYỄN VĂN SÂM

Victorville, CA, Jan. 20, 2021

HOÀNG XUÂN SƠN

hân khúc

[đọc joseph huỳnh văn,với nguyễn xuân thiệp]

Mỏi lưng. sào chống. cạn đường
nằm nghe lục thẩm du dương bến tình
sao mình còn ở loanh quanh
chiếc nôi vinh sử
khúc quành máu xương
người còn thương mình còn thương
nên thơ chống chọi với tuồng hoa bay
một lời sơ thẩm ban mai
hỏi riêng mới biết chơn mày phôi pha
ôi. xuân mặt đẹp như là
phẳng gương giác độ phồn hoa trập trùng
)(
hoàng xuân sơn
21 tháng bảy 2017

năm mười sáu

[trăng dẫu tròn
khuyết dần cửa tử]
chiều ngoi lên bằng đầu cây
con thú vảy bạc lén lút đi qua vùng vi tía
tử lộ trùng trùng
anh mơ một giấc mơ cùng người điên hội tụ
mỗi người đội một nhánh phong
kẻ bình thường nhất cầm bản tin thời tiết
hé lộ về một cuộc hâm nóng điện đài
khi mặt đất không còn nước làm nguồn bán dẫn
chuyền lửa qua những lạch ung thư bàng quan
,
chiều giản lược tới đê mê

đời sôi réo một nụ cười
nơi khóe miệng tranh
trên chiếc khăn bàn trải ô vuông xanh đỏ
viền mắt tím bôi hoa
[một nhành hoa tưởng đi xa trở về cắm lại chỗ ngồi cũ]
ngờ ngờ nhân dạng
,
quãng yên bình thăng ca từng con sấm đội vang lừng
hè đi thốt nốt
khi lời nhạc lê la trăng tàn trên vỉa phố*
người thiếu nữ cuốn rèm quyên
tình đời rẽ ngoặc
,
xa. lâu hung. tưởng chừng như xóa hận
biển toan giải một lời nguyền
người chết người đi người về thuộc chết
lớp da nhớt. mòn
rong tảo cứ đỏ dần lên
khuôn mặt sóng
thời ghe thuyền đâm xuyên bổ bả cây cọc nhọn
dấy lên một cuộc trùng phùng long cơ
chỉ có một đoạn thừng
trôi giạt đâu đó
làm sao lũ xâm thực
biết đời hân hoan
,
vựa cây còn chỗ giú trứng
con thú vảy bạc trở về ăn hết thơ sinh ấu trùng
rồi lớn dần tự huỷ
chiếc đuôi tiền sử khai quật tàn tro
môi trường lửa
sống cùng thời
men lú
)(

hoàng xuân sơn

*16 mai 2016**Trăng Tàn Trên Hè Phố- Nhạc Phạm Thế Mỹ

TRẦN VĂN TÍCH

Tự do trong nghệ thuật

L'art naît de contrainte, vit de lutte, meurt de liberté. --(Gide)

(Nghệ thuật khởi sinh từ cưỡng chế, tồn tại qua đấu tranh, tử vong vì tự do)

Tự do tuyệt đối không hề có trong nghệ thuật cũng như trong văn chương. Câu thúc kích thích mỹ học. Chướng ngại có tác dụng bàn nhún để nhảy. Kiến trúc mà không có kẻ thù là trọng lượng thì đã không là kiến trúc. Gide kể rằng theo truyền tụng, vì thiếu nguyên liệu cẩm thạch nên Michel-Ange phải tạc tượng Moise trong tư thế thu hình. Vì chỉ có thể sử dụng một số giọng nghệ nhân sân khấu hạn chế nên Eschyle bị ép phải sáng tạo ra nỗi niềm câm nín của Prométhée bị trói trên đỉnh Caucasus. Nước Hy lạp ngày xưa phóng trục kẻ nào thêm một dây vào đàn thất huyền. Và để kết luận, Gide nêu ý kiến được chọn làm đề từ cho bài viết hôm nay (1).

Nghệ thuật luôn luôn có cưỡng chế là hệ luận. Nghĩ rằng nghệ thuật càng vươn lên cao khi càng có tự do cũng giống như nghĩ rằng cái dây níu con diều giấy lại không cho nó tung hoành trong bầu trời. Con chim cưu của Kant khi ngỡ rằng mình sẽ bay thanh thoát hơn nếu không có không khí làm vướng bận đôi cánh đã không ý thức được rằng nó chẳng thể đập cánh tung mình trong chân không. Nghệ thuật muốn đi lên phải có đối kháng để nương tựa.

Văn nhân hay nghệ sĩ thường có xu hướng tìm tòi cái mới, đổi thay cái cũ, vì vậy nên mới xuất hiện hết trường phái mới lại đến thể loại lạ. Tự do trong sáng tạo chủ xướng phủ nhận qui luật, phá bỏ câu thúc để mở đường cho cảm xúc, bút hứng tung cao đôi cánh; để đưa văn học nghệ thuật đến gần hiện thực cuộc đời; để tán trợ tưởng tượng, sở thích, sáng ý và – đối với giới thưởng ngoạn – để thay đổi niềm vui thích khi tiếp nhận thành quả trí tuệ. Nhưng tự do trong sáng tạo cũng hàm chứa những nguy cơ tiềm ẩn: nhà văn nhà thơ có thể viết lách dị hình dị dạng, bức tranh tấm ảnh có thể mang nét quái gở bất thường; câu văn dòng thơ trở nên dễ dãi, cẩu thả và – vẫn đối với giới thưởng ngoạn – văn phẩm thi phẩm, họa phẩm có thể không được đón tiếp vì người đọc người xem không hiểu, không chịu. Không thể nhân danh tự do trong sáng tạo mà tô vẽ quốc kỳ lên một cái chậu rửa chân vì bất kỳ nền văn hóa nào cũng có những cấm kỵ. Người Việt tỵ nạn cộng sản chống đối mọi nghịch cảnh để giương cao lá cờ nền vàng ba sọc đỏ từ sau ngày 30 tháng tư cho đến tận hôm nay. Đặt để quốc kỳ Việt Nam Cộng Hòa vào bất kỳ chỗ nào bất kính đều phạm húy. Nước Đức ngày nay không chấp nhận tranh vẽ chữ vạn quốc xã. Quốc hội một trong ba nước vùng Baltíc đã ban hành luật cấm cả chữ vạn quốc xã lẫn búa liềm cộng sản.

Cấm đoán văn hóa như thế khác xa kiểm duyệt toàn trị. Trong môi trường dân chủ tự do, có những điều đạo đức khuyên chẳng nên làm tuy không có luật pháp ngăn cản. Trong chế độ độc đảng độc tài, có những điều không được phép làm mặc dầu hiến pháp, luật pháp cho phép. Nhà văn, nhà thơ, họa sĩ, nghệ sĩ ở Việt Nam ngày nay sáng tác với vòng kim cô trên đầu. Nghệ sĩ, thi sĩ, văn sĩ, họa sĩ Việt Nam ở nước ngoài sáng tác theo ý thức tự giác, theo quyết định cá nhân, theo tinh thần trách nhiệm. Người nghệ sĩ Việt Nam sinh sống ở Cộng hòa Liên bang Đức không ai nghĩ đến chuyện vẽ hình chữ vạn quốc xã, tạc tượng Hitler để triển lãm và tự chế như thế, không ai nghĩ là mình phải hoạt động nghệ thuật theo đường lối chủ trương trong nước.

Chế độ cộng sản có đủ thứ trong tay. Nó bắt đi bên lề phải nên blogger nào mới dợm hướng sang lề trái là vô tù vì... thiếu thuế. Cộng đồng Việt Nam tỵ nạn cộng sản tại hải ngoại không có gì ngoài tiếng nói (và chữ viết, khi cần thiết). Tiếng nói, câu văn cất lên nhằm mời gọi, van xin, năn nỉ, kêu nài, cầu khẩn, thỉnh nguyện. Tiếng nói đưa ra giữa cá nhân với cá nhân trong đối thoại trực tiếp, tiếng nói vang động giữa tập thể và phe nhóm trong hội thảo hội luận. Muốn hát cho người tỵ nạn cộng sản nghe trên vùng đất lưu vong của người tỵ nạn cộng sản nhưng nhất định không chấp nhận Quốc kỳ Việt Nam Cộng Hòa vì nhân danh tự do trong nghệ thuật là bắt nghệ thuật phải cáo chung. Nghệ thuật không còn biết mình sinh ra để làm gì.

Trong lịch sử văn học nghệ thuật, nghệ sĩ có thể vì thiện chí cách tân mà hành động. Picasso trải qua nhiều giai đoạn sáng tác theo những trường phái, đường lối khác nhau.

Tuy nhiên xã hội, ngay cả xã hội tự do thượng tôn luật pháp, dù muốn dù không, chẳng nhiều thì ít, cũng luôn luôn cùm chân buộc tay văn nghệ. Nghệ sĩ, văn sĩ có thể vì chiều theo thị hiếu khán giả, thính giả mà mất phần nào tự do tự chủ, thậm chí trở thành phục tòng lệ thuộc. Xã hội có thể lôi kéo văn sĩ, nghệ sĩ vào những tranh chấp tranh luận chính trị văn hóa. Cộng đồng có thể áp đặt một trật tự nào đó cho ngòi bút sáng tác, cho cây cọ vẽ tranh, cho mũi dao tạc tượng, cho phong cách biểu diễn, cho lời ca tiếng hát, vì dù sao đi nữa, kẻ sử dụng bút, cọ, dao hay người trình diễn vẫn là một thành viên cộng đồng. Qua tuyên truyền quảng cáo nhằm đề cao tài tử "siêu sao", tập thể đối tác của văn học nghệ thuật lắm khi khiến cho văn nghệ sĩ trở thành kiêu căng hợm hĩnh và/hoặc nhỏ mọn tẹp nhẹp. Ngược lại, qua cung cách hành xử cá nhân, văn nghệ sĩ trong nhiều trường hợp đánh lộn sòng tài năng với nổi loạn; từ đó rơi vào lập dị, phóng túng, lưu đãng (tuy rằng động cơ thực ra có thể vốn là tích cực). Kết quả: văn nghệ sĩ chuyển sang thách thức xã hội, khích bác tập thể, gây hấn cộng đồng. Gọi một hình thức sinh hoạt văn nghệ là "Trói vào tự do" chỉ gây tác dụng phản ứng ngược nơi tha nhân vì lối sử dụng ngôn từ bí hiểm không có chút nào là đắc địa cả. Gọi như thế chẳng thể nào phát huy được tác dụng mong muốn vì người nghe không hiểu gọi như thế nhằm gây tác dụng gì!

Céline, nhà viết tiểu thuyết Pháp, chuyên sử dụng đắc địa ngôn ngữ tục tỉu, tiếng lóng tiếng lái để chửi rủa lăng mạ, cuối đời đành tự lưu đày. Salvador Dalí, họa sĩ người Tây Ban Nha, cũng phải tự nhận là mình vẽ tranh theo lối paranoia (2). Yves Klein, họa sĩ Pháp, khiến nhiều khách xem tranh muốn điên cái đầu. Quả là những tài năng ngoại lệ này vẫn có công chúng thưởng ngoạn của riêng họ, thậm chí còn có cả những người mến mộ họ. Và tranh của họ cũng được treo trong các viện bảo tàng mỹ thuật, sách của họ cũng được bình luận trong các công trình văn học sử. Nhưng đa số khán giả độc giả không thể nào gần gụi họ được.

Trong thi ca cũng thế. Sự cách tân thi pháp nhiều khi chẳng những không được hoan nghênh mà còn bị khước từ. Trường thơ Bạch Nga của Nguyễn Vỹ, chủ yếu dựa vào hình thức alexandrin mười hai chân của thơ Pháp, chẳng phổ cập được bao nhiêu. Quan điểm nghệ thuật của nhóm Xuân Thu Nhã Tập thần bí, tối tăm, lập dị nên tuổi thọ rất thấp.

Thực ra thời nào và ở đâu cũng có chống đối, thách thức trong văn học nghệ thuật. Nhưng tất cả vấn đề nằm ở chỗ biết ngừng lại khi cần ngừng lại. Họa sĩ, văn sĩ, kịch sĩ, ca sĩ, bỉnh bút, phóng viên dù có ý thức độc lập đến đâu, dù có đấu tranh cho tự do sáng tác bao nhiêu, dù có thiên tài như thế nào đi nữa, cũng không thể cất mình đứng bên trên xã hội như một siêu nhân, cũng không thể tự tách mình ra ngoài cộng đồng trong một splendid isolation.

Khi công luận đánh giá tiêu cực tiểu thuyết Céline, khi người xem cho rằng tranh Dalí bệnh hoạn, thì, khi hành động như vậy, công luận không hề nuôi ý muốn bắt nghệ sĩ văn sĩ phải đầu hàng tuân lệnh, dư luận chẳng hề có mục đích khiến nhà báo nhà thơ phải quì gối khấu đầu. Và người viết báo làm thơ, người hát người nghe như là những thành viên của cộng đồng, cũng không việc gì phải nuôi mặc cảm tự ti bệnh hoạn là mình thua cuộc.

Tự do hoàn toàn dễ trở thành nhàm chán. Vì tự do để làm gì đây? Để đi tìm cứu cánh của tự do ư, nhưng mọi cứu cánh đều là câu thúc, không nhiều thì ít. Đọc La Nausée (Buồn nôn) của Sartre thấy rõ cảm tưởng nhờm tởm của tình trạng hoàn toàn tùy tiện tùy ý. Để cho tự do khỏi trở thành phóng túng, cá nhân trong xã hội phải tự giác nhận thức trách nhiệm. Cho nên tu viện Tê-le-mơ (abbaye de Thélème), cơ cấu tôn giáo hư cấu của Rabelais trong Gargantua qui tụ một tập thể sống không gò bó nhưng là một tập thể thượng lưu tinh hoa.

Trong thực tế sáng tạo nghệ thuật, nghệ sĩ, văn sĩ, thi sĩ không bao giờ tự do. Văn sĩ không thể đòi tự do hoàn toàn, nghệ sĩ cũng chẳng có thể lựa chọn vị thế vô tư cao độ vì la suprême impartialité est une chose anti humaine (tính vô tư tuyệt đối là một điều phi nhân, George Sand, thư gửi Flaubert ngày 12-01-1876). Hoặc ngươi chọn cờ máu thì chớ đến với người tỵ nạn cộng sản, hoặc ngươi chọn cờ vàng thì đừng lên giọng thân cộng thiên cộng. Ngươi chẳng thể nào vừa phủ nhận cờ máu vừa ấm ớ nói ngang nói ngửa đả kích những người tôn trọng cờ vàng, bảo vệ cờ vàng là vi phạm tự do! Suy nghĩ như thế, chính ngươi là kẻ phản bội tự do, chính ngươi là kẻ giết chết nghệ thuật.

TRẦN VĂN TÍCH
23-01-2017

Ghi chú:

(1) Le grand artiste est celui qu'exalte la gêne, à qui l'obstacle sert de tremplin. C'est au défaut même du marbre que Michel-Ange dut, raconte-t-on, d'inventer le geste ramassé du Moise. C'est par le nombre restreint des voix dont pouvoir à la fois disposer sur la scène que, contraint, Eschyle dut d'inventer le silence de Prométhée lorsqu'on l'enchaine au Caucase. La Grèce proscrit celui qui ajouta une corde à la lyre. L'art nait de contrainte, vit de lutte, meurt de liberté.

André Gide.- L'Évolution du théâtre

(2) Paranoia: chứng cuồng ám, một hình thức bệnh lý tâm thần.

NGUYỄN KIẾN THIẾT
MỘT VÀI MẢNH VỤN VĂN HỌC

*__Lời tác giả__: *Năm qua, người viết định trình làng cuốn sách "Những Mảnh Vụn Văn Học"(NMVVH), nhưng vì bao biến cố dồn dập xảy đến nên đành phải dời lại đến mùa Xuân năm nay mới thực hiện. Đây là phần* **Phụ Lục** *được đưa vào nhằm làm phong phú quyển sách, giúp người đọc hiểu rõ hơn về nội dung tác phẩm. Phần Phụ Lục nầy chính là "những mảnh vụn văn học" gồm những nhận định, đánh giá của một số văn thi hữu sau khi đọc qua tác phẩm "Những Trang Văn Đời Tôi" (NTVĐT) do nhà Văn Học Mới, Hoa Kỳ ấn hành năm 2021. Đáng lẽ Phần nầy được đưa vào quyển sách NTVĐT dự định tái bản (theo lời yêu cầu của một số bạn đọc), nhưng không thể thực hiện vì nhiều nguyên nhân khách quan lẫn chủ quan.*

Người viết xin chân thành cám ơn tất cả các văn thi hữu đã chịu khó đọc bài và viết nhận xét, góp ý cũng như cho phép được trích đăng trong tập sách nầy. Đó là những **tấm lòng**, *những* **cái tình** *của tạp chí Văn Học Mới với nhận xét ngắn gọn, súc tích của Chủ biên Hà Nguyên Du, của các bạn văn, bạn thơ, những người đồng điệu mà tôi hằng trân quý.*

***

Trên tinh thần đó, chúng tôi xin góp nhặt/trích lược "một vài mảnh vụn văn học" nho nhỏ sau đây để hầu bạn đọc.

- Thi ca nhạc sĩ **Hà Nguyên Du,** Chủ biên kiêm Giám Đốc nhà xuất bản *Văn Học Mới* (*VHM*) đã đăng quảng cáo miễn phí thường xuyên, liên tục trên rất nhiều số *VHM* sách *Những Trang Văn Đời Tôi* của tôi với nhận xét ngắn gọn: "*Quyển sách [NTVĐT] rất giá trị về Văn Học của một tác giả có bằng Cao Học về Văn chương*".

- Nhà văn, nhà Nam Kỳ học **Nguyễn Văn Sâm** đã viết Lời giới thiệu "Nợ Văn Chương" thật súc tích: "*Cuốn Những Trang Văn Đời Tôi là tập hợp những bài viết của Nguyễn Kiến Thiết về nhiều vấn đề, từ những kỷ niệm với người cha tài hoa từng là thầy giáo, một người soạn tuồng cải lương, một người diễn viên, tới hai* *người thầy để nhiều ấn tượng trong đời anh là nhà thơ Đông Hồ và LM Thanh Lãng. Với ai anh cũng nhắc bằng những lời tôn kính, biết ơn, thân thiết. Anh viết về những người bạn, những người sống chung quanh anh - mà người ngoài không thể nào biết được (...) Tôi, và chắc người đọc ở thành phố, thích đọc những chuyện như vậy như ngày xưa Sơn Nam được đón nhận nồng nhiệt cuốn Vọc Nước Giỡn Trăng (...) Anh nói về Thú Chơi Sách, Thú Mua Sách, về cuộc đời vươn lên từ một người ở tỉnh lẻ, việc học khó khăn, bắt đầu bằng những bước cố gắng tuyệt cùng để trở thành sinh viên Tiến Sĩ ban Việt Văn năm 1974, và con đường trở thành giảng viên ở Đại Học Văn Khoa và Sư Phạm Cần Thơ, một Đại Học có thể là một trong những cái nôi văn hóa của nước Việt Nam Cộng Hòa trước đại hồng thủy 1975 coi như đã được định.*

Nguyễn Kiến Thiết là người tình cảm, anh nhớ ơn những người đã gián tiếp, trực tiếp tạo nên con người anh như hiện tại, lòng chơn thành phát xuất ra bằng những lời từ tận đáy lòng (...) Ta đọc cuốn sách mỏng của Nguyễn Kiến Thiết để cảm nhận một tâm hồn trong sáng, thuần hậu, biết nhớ ơn người, nhớ ơn đời, biết thưởng thức và ghi nhận các hoạt cảnh đồng quê Việt Nam, cũng như thích thú vì mình nhơn đó được biết thêm hay nhớ lại những câu ca dao, bài vè, một loại văn chương đặc biệt thuần Việt".

- Nhà phê bình văn học **Nguyễn Vy Khanh** đã giới thiệu sách trong thời gian kỷ lục:"*Tập sách gồm 25 bài viết và hồi ức của Nguyễn Kiến Thiết về các sinh hoạt văn hoá và báo chí từ trước 1975 ở quê nhà cho đến gần đây ở Canada. Một số thơ của Trúc Lan - bút hiệu khác của tác giả, tô điểm thêm "những trang văn"*.

- Nhiếp ảnh gia quốc tế **Lê Quang Xuân,** người đã tặng tôi một số sách và nhiều tấm ảnh nghệ thuật tuyệt đẹp (kể cả Ảnh triển lãm) và cho phép tôi sử dụng trong tập sách *NTVĐT*. Tôi đã đặt tựa đề và cảm tác bằng đủ thể loại thơ (ký Trúc Lan) sau khi xem ảnh. Chẳng hạn ảnh ở Bìa 1 tựa đề là "Sông Nước Hậu Giang", tôi đã cảm tác bài thơ in ở trang 29.

Đặc biệt cuốn Ảnh nghệ thuật *Việt Nam Quê Hương Tôi* do nhà Nắng Mới phát hành tại Montréal năm 1993. Có thể nói Tập ảnh nghệ thuật dày hơn 160 trang bìa cứng, chữ mạ vàng in trên giấy quý gồm 70 ảnh màu về quê hương là đề tài gợi hứng cho các văn thi hữu trong việc sáng tác, phẩm bình. Sự tán thưởng nầy chứng tỏ mối giao tình giữa nhiếp ảnh gia và các văn thi hữu thật đậm sâu tình cảm, tràn ngập quý thương. Bao nhiêu bài văn, bao nhiêu vần thơ là bấy nhiêu *cái tình* giữa những người yêu văn nghệ. Họ đến với nhau bằng tình yêu nghệ thuật, mỗi người biểu đạt mỗi vẻ theo từng cung bậc của sợi đàn tâm đồng điệu. Mặc dầu trải qua mấy độ phong sương, bìa sách đã cong queo, giấy đã lùi xùi, nhưng tôi vô cùng trân quý. Nhiếp ảnh gia thứ dữ nầy đã viết lời đề tặng tôi: *"Bản riêng tặng bạn hiền Nguyễn Kiến Thiết với những tình cảm rất chân thành và sự quý mến của Tác giả Lê Quang Xuân. 3/21"* rồi ký tên, đóng dấu triện son cẩn thận. Riêng hai tấm ảnh khổ lớn "Hoa Phong Lan" và "Hoa Hoàng Hậu" đã từng triển lãm, tôi lộng kiếng cẩn thận và treo ở hai nơi bắt mắt nhứt tại phòng khách. Để đáp tạ phần nào *món nợ tinh thần* nầy, ngoài việc sáng tác trên 10 bài thơ gồm đủ mọi thể loại, tôi đã ngẫu hứng đề thơ sau khi xem ảnh "Hoa Hoàng Hậu" ở trang 58 vẫn còn bỏ ngõ vì chưa có thơ của thi sĩ nào:

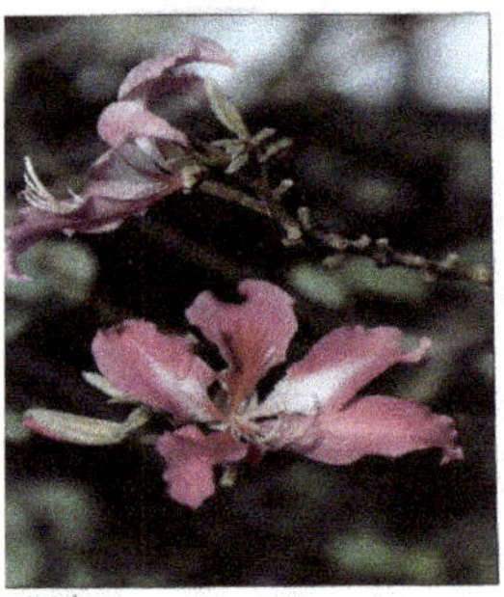

Hoa Hoàng Hậu

Nàng tên Hoa Hoàng Hậu
Thuần khiết và cao sang
Chính loài hoa vương giả
Lộng lẫy nét đài trang
Từng tràng hoa xòe cánh
Màu tím nhạt trinh trong
Phô nhị hoa tím thẫm
Tô điểm cuộc tình hồng

Trúc Lan

- Nhà văn **Lê Quốc**, : "*Cám ơn anh đã không quên vài hàng về Lê Quốc trong bảng xếp hạng văn nhân tài tử Mộng Lệ An. Bài viết của anh rất " académique", xứng đáng với tên tuổi cũng như khoa bảng của anh (...). Anh viết mạnh lắm. Bút lực mạnh, văn phong rạt rào, ý tưởng phong phú. Cụ Vương nhà chơi đồ cổ cũng nhà văn "đồ cổ" nổi tiếng mà chỉ viết được "Thú đọc sách" và "Thú chơi sách". Riêng anh thì "Thú đọc sách", anh viết cũng không thua gì cụ Vương, nhưng khác một chút là văn phong anh "thời đại" hơn, bao quát hơn, dàn trải trên nhiều lãnh vực hơn*".

- Nhà thơ **Luân Hoán** – Chủ biên tạp chí *Ngôn Ngữ* đã nhận định: "*Vào trưa hôm qua, tôi nhận được tác phẩm này của anh Nguyễn Kiến Thiết. Thật vui nhận được quà cuối một năm đầy chất lượng văn chương (...) Tuy chưa đọc kỹ bài nào, nhưng đọc tên sách và một số tên bài, tôi nghĩ đây là những bài hồi ức giàu kỷ niệm của tác giả, cộng thêm những tạp ghi, những nhận định riêng của tác giả về một ít bạn văn của ông. Tôi gặp một số danh xưng quen biết như nhiếp ảnh gia Lê Quang Xuân, nhà văn Song Thao, nhà thơ Hoàng Xuân Sơn, nhà phê bình Nguyễn Vy Khanh, nhà văn Nguyễn Văm Sâm… được nhắc tới, điều này nói lên được thân quí ấm tình bạn văn của tác giả. Sách tôi được ông ký tặng ngày 25-12-2021 chắc cũng được nằm trong ưu ái này*".

- Nhà văn, Phiếm chủ **Song Thao** đã "phiếm": "*Những Trang Văn Đời Tôi là tập hợp nhiều bài viết của anh Nguyễn Kiến Thiết về rất nhiều đề tài, từ tự sự đến nghiên cứu. Đặc biệt hầu như hầu hết bài viết đều nhắm vào miền Nam. Từ những sinh hoạt của người dân miền Nam như ngày tết, cải lương, vọng cổ đến những danh tài của đất mới này như thi sĩ Đông Hồ, nhà văn Sơn Nam (...) Nếu độc giả muốn biết về nếp sinh hoạt của người miền Nam ắt sẽ tìm được nhiều điều mới lạ trong cuốn sách này. Một trong những điều mới lạ là món thịt chó (...) Anh Nguyễn Kiến Thiết là sinh viên Đại Học Văn Khoa Sài Gòn từ năm 1966 tới 1975 và là sinh viên ruột của Linh Mục Thanh Lãng. Linh Mục là người Bắc ròng nhưng lại vô cùng yêu thích văn chương miền*

Nam. Anh Nguyễn Kiến Thiết đã hoàn tất luận án cao học với đề tài "Tính [Tánh] Cách Đặc Thù của Ca Dao Miền Nam". Sau khi lấy được bằng Cao Học, anh đã tiếp tục học Tiến Sĩ. Chỉ có vận nước đứt đoạn vào năm 1975 mới có thể làm anh dừng bước".

- Nhà văn **Hồ Đình Nghiêm** đã biểu cảm: "*Tác giả Nguyễn Kiến Thiết đích thân mang tặng đứa con vừa làm giấy khai sanh "Những Trang Văn Đời Tôi". Tôi cảm động, tôi vui (có sự tình bất ngờ nào không xúi mình đón nhận chút sóng xô?). Cả hai chúng tôi tuy cùng định cư trong một thành phố, nhưng đây là lần đầu tôi đứng kề anh (2 thước theo quy định). Tôi sẽ nhìn thấy dung mạo rõ nét của nhà văn sau khi đọc xong cuốn sách có bề dày 256 trang. Và khi đó tôi sẽ nhẩn nha ghi lại những cảm nhận. Lướt qua phần tiểu sử in ở trang 7 cũng đủ nói lên phần nào tài ba của tác giả.*

Xin được cảm ơn nhà văn Nguyễn Kiến Thiết. Mừng vui vì anh đã vị tình "lặn lội đường dài" trong ngày giá lạnh để chia sẻ cùng tôi đốm lửa nhỏ mãi ấm, mãi thắp lung linh trong món quà văn chương...".

- Nhà văn **Võ Kỳ Điền** đã bày tỏ: "*Tôi vừa nhận được sách quí sáng nay. Mê quá, sẽ đọc thật kỹ những câu chuyện anh Kiến Thiết gởi gấm trên những trang sách. Rất thích bài tựa của Nguyễn Văn Sâm. Vui lắm khi biết được những công trình mà anh Kiến Thiết đảm nhận. Cám ơn nhiều và chúc thành đạt".*

- Nhà văn **Nguyễn Văn Lục** với đôi dòng cảm nghĩ: "*Cám ơn anh đã tặng sách NhữngTrang Văn Đời Tôi. Trình bày trang nhã và chăm chút từng lỗi chính tả thường dễ gặp phải.... Cái ấn tượng của tôi là anh bằng lòng về chính mình. Từ việc học hành cũng chật vật cho đến chỗ chót vót của bằng cấp. Bằng lòng về đám bạn bè, thăm hỏi từng người. Và nhất là bằng lòng về đời sống gia đình của anh, về vợ con".*

- Nhà biên khảo **Lạp Chúc Nguyễn Huy** đã nhận xét: "*Trong căn nhà Văn Học Thành Văn của văn hóa người Việt tỵ nạn mới nở một bông hoa mới là cuốn sách "Những Trang Văn*

Đời Tôi" của Nguyễn Kiến Thiết. Xin chúc mừng Hội Nhà Giáo và cảm phục sự hy sinh thời gian, tiền bạc của tác giả để phục vụ đời sống tinh thần của chính mình trước đã và sau đó là độc giả (...) Tôi đã đọc xong bài viết về Đông Hồ thì thật là tuyệt làm sáng tỏ nhiều thắc mắc của tôi. Cám ơn anh đã viết tặng cùng với một vết son trên sách".

- Nhà báo **Đỗ Nghi**, cựu Chủ bút *Thời Báo* đả nhận định: "*Như đã hứa với anh là sẽ đọc thật kỹ "Những Trang Văn Đời Tôi" nên tôi đọc kỹ lắm, và kết quả là chỉ có được nhận xét sau đây:*

"Văn là người", thành ngữ được coi là một thứ cliché, vẫn có thể được áp dụng ở đây.

Anh viết quá kỹ. Kể chuyện mà như biên khảo. Anh viết quá hiền lành, kể cả những chỗ cần phải nổi nóng. Văn chương thể hiện tâm tính, chắc chắn anh phải là một người rất điềm đạm và đầy cân nhắc.

*Đọc hết cả quyển sách với thói quen của một correcteur (năm 17 tuổi, tôi khởi nghiệp bằng cái job này ở báo Tự Do của Thầy Phạm Việt Tuyền), chỉ thấy có ... **hai** lỗi chính tả.*

*Một ở trang 131: để đủ tiền **nua** sách (dòng đầu) đúng ra là **mua**, và một ở trang 191: bỏ **bã** (dòng thứ hai từ dưới lên) đúng ra phải là "bỏ **bả**", dấu hỏi".*

-BS Trần Mộng Lâm, cựu Chủ bút báo *Quốc Gia* với những lời tâm huyết: "*Tôi đã đọc hết tác phẩm của anh. Việc đọc sánh này đã đem tới nhiều suy nghĩ cho tôi. Trước hết là cảm tưởng của tôi về con đường học vấn mà anh đã đi. Sao mà nó khó khăn và gai góc như vậy, không khác gì con đường "sạn đạo" đi vào Ba Thục thời Tam Quốc bên Tầu (...) Dù sao chăng nữa, sau nhưng cố gắng vô bờ, anh đã đạt được mục đích, và trở thành một nhà khoa bảng.*

Văn phong của anh, dù anh không nhận, cũng mài mại văn phong ông Vương Hồng Sến, hay nói đúng hơn, anh ở giữa ông học giả họ Vương và ông vua phiếm Song Thao. Đó là cảm tưởng của người đọc, không phải để xếp loại (cataloguer) anh đâu. Đọc xong, đóng cuốn sách lại, tôi suy nghĩ vẩn vơ: - Con người này không thể có kẻ thù. Anh hiền quá, anh nhân hậu quá, như phần lớn các bạn tôi, người của sông Tiền, sông Hậu".

-**Nguyễn Như Thành** - Chủ tịch CTNCT Khu Hội Canada đã viết: "*Thật là Vinh Dự lớn cho tôi khi nhận được Tác phẩm: Những Trang Văn Đời Tôi. Tôi đã đọc, đã ngưỡng mộ. Ở vào tuổi 76 vẫn còn minh mẫn, cần cù viết lại những giai thoại Văn Chương của đời mình, với tình yêu Quê Hương thật sâu xa nồng thắm (…) Với tâm huyết này của Giáo Sư, Nhà Văn Nguyễn Kiến Thiết / Trúc Lan… Giòng Văn Chương VNCH/ Hải Ngoại còn Hy Vọng thêm Những Trang Văn khác*".

- Nhà văn, nhà báo **Nguyễn Trọng Dũng** (Việt Nam) với nhận xét "có cánh": "*Lúc 20giờ 13 phút, ngày 31/12/2021, tôi nhận được món quà cuối năm đầy chất lượng văn chương của anh Nguyễn Kiến Thiết: tác phẩm "Những Trang Văn Đời Tôi" do Văn Học Mới xuất bản năm 2021 tại Hoa Kỳ. Tuy chưa đọc nội dung, nhưng qua đọc bài "Giới thiệu sách mới nhận" của nhà thơ Luân Hoán tôi biết trong sách NTVĐT sẽ có những trang văn giàu ký ức và kỷ niệm về các bạn bạn văn mà NKT một thời gắn bó (...) Nay lại đọc được bài giới thiệu sách rất ngọt ngào…*".

- Nhà giáo **Trần Hữu Quyền**, nguyên Hội trưởng Hội Giáo chức Québec đã nhận định: "*Đọc NKT ta thích không chỉ những gì anh kể lại, mà thấy thú vị với cả câu văn, cách nói rặt Nam Bộ của anh. Anh góp nhặt, chắt chiu từng câu chữ dân gian bình dị mà lại có khả năng đánh thức cái tình tự quê hương đang ẩn náu đâu đó trong ta (...) Nhưng đọc NKT ta thấy một mảng đời ta trong đó. Hay ít ra là tôi thấy một phần nào về tôi của một thời trong đó. Vì người cha, người thầy, người bạn mà anh nhung nhớ cũng hao hao như người cha, người thầy, người bạn của tôi. Và cái anh nhà quê của NKT cũng chính là cái anh nhà quê mà tôi từng gặp và gần gũi khi có dịp đi về Miền Tây Nam Bộ. Thành thử những điều NKT nêu lên không chỉ là những vụn vặt cá nhân của riêng anh như kiểu "selfie" mà nó phản ánh hình bóng xã hội Miền Nam, nền văn hoá giáo dục Miền Nam thời ấy. Nghĩa là những* *cái anh NKT đề cập tới, nó cũng dính líu tới ta, những ai đã từng sống vào thời ấy, ở nơi ấy (...) Thành thử khi đọc bài Nghĩ về tuồng cải lương "Tẩy Hận" của soạn giả Việt Ái, tôi rất hiểu tâm trạng của tác giả, một người sinh trưởng từ sông nước, cây lúa và câu hát Nam Bộ. Bây giờ văn chương chữ nghĩa đã tiến xa lắm rồi. Từ khi tác phẩm của Marcel Proust xuất hiện thì văn chương đã hoàn toàn lột xác. Không còn cốt truyện, cũng chẳng còn đơn tuyến, thời gian chồng chéo, xen kẽ vào nhau, tâm lý nhân vật phức tạp, thậm chí cũng chẳng cần nhân vật chính.* ***Vừa là văn học mà cũng vừa là triết học.*** *Đâu đơn giản, "cải lương" như Tẩy Hận: đâu đấy rạch ròi, có nhân vật chính diện và nhân vật phản diện; có cái thiện và cái ác; có trước và có sau; và nhất là "**kết thúc "có hậu" được tóm gọn trong công thức: thiện thắng ác, chánh thắng tà, hiền nhân quân tử buổi đầu luôn bị hãm hại, về sau được hưởng vinh hoa phú quý; còn kẻ gian nịnh tham ác ban đầu thắng thế, cuối cùng cũng bị trừng phạt***"[NKT].

Nhưng đó không phải là những điều tác giả muốn nhấn mạnh. Bởi vì thiện và ác bây giờ "xập xí xập ngầu" khó phân biệt, thật giả, vàng thau lẫn lộn loạn xà ngầu. Cái mà tác giả khơi gợi qua câu chữ là tính cách, là sắc thái đặc trưng của người Nam Bộ. Đang mùa đông Montréal mà đọc Nguyễn Kiến Thiết cứ thấy lòng mình ấm lại. Chính những cái mộc mạc ấy nó làm nên con người mỗi chúng ta hôm nay".

- Nhà văn Phiếm **Cả Ngố Họ Trịnh**, nguyên Tổng Thư ký nhiều nhiệm kỳ của Hội Giáo chức Québec đã viết *chuyện nọ xọ chuyện kia: "Rất hoan hỉ được biết Thầy sắp ra sách. Hy vọng lúc ấy việc tụ họp không còn cấm đoán nữa, để Thầy làm một buổi ra mắt sách "hoành tráng" để đánh dấu sự ra đời của đứa con tinh thần mà tui nghe nói Thầy đã thai nghén ấp ủ từ lâu, và do đó, chắc hẳn là phải rất bác học, công phu, xứng tầm của một giáo sư đại học".*

- Nhà giáo **Nguyễn Trung Hiếu,** Tổng Thơ ký kỳ cựu Hội Giáo chức Québec đã nhận xét: *"Phải thành thật mà nói: "Sinh ra ta là Cha Mẹ, hiểu được ta chỉ có bạn hiền Nguyễn Kiến Thiết..." (Mượn câu nói của Nhuận Điền với Trần Minh trong vở cải lương*

Bên Cầu Dệt Lụa !)... Bức thư và bài viết của bạn đã làm tôi "nổi da gà, thẫn thờ và rung rẩy toàn thân" như đã uống phải một liều thuốc mạnh (?)... Thì ra trong hơn cả năm nay trong khi mọi người "chạy giặc Covid", bạn tôi đã âm thầm làm việc không ngơi nghỉ để viết sách, trong đó có bài về tôi và Cả Ngố - người cũng từng là bạn đồng hành với tôi suốt hàng chục năm trời trong "tòa soạn CGC" .

-Cảm ơn những tình cảm bạn đã dành cho tôi và những tâm tư đã cùng nhau thảo luận.

-Bạn đã thật sự cho tôi giây phút được sống lại với những hình ảnh, những tình cảm, những say mê trong suốt cả một thời gian dài mà nay chỉ còn có trong ký ức và hoài niệm...

-Bài viết của bạn đã làm sống lại trong tôi những thước phim dĩ vãng đã qua trong đời mà chúng ta đã cùng nhau trân quí...

Dù sao trong cuộc sống lưu vong của ta hiện nay, thiết tưởng có được những người bạn quí như vậy cũng đã mãn nguyện lắm rồi vậy".

- Nhà giáo **Huỳnh Công Ân**, *thầy-Toán-thích-viết-ký-sự*, *đã viết*: "*Trẻ nghĩ về tương lai, già nhớ về quả khứ. Những hồi ức của anh Nguyễn Kiến Thiết cho thấy hoạt cảnh sinh động của miền Tây sông nước bằng lối hành văn rặt chất Nam Bộ khiến tôi rất ngưỡng mộ (...) Phần tôi, phần lớn cuộc đời sống ở thủ đô Sài Gòn nên những ký ức không phong phú và kỳ thú như của anh Nguyễn Kiến Thiết, nhưng đó cũng là những thước phim của cuộc đời hạnh phúc nhất của tôi ở miền Nam trước 1975. Vì vậy tôi mạn phép chia sẻ với quý Thầy Cô mong góp phần cho việc thư giãn trong những ngày Tết trên đất khách*"

- Nhà giáo **Trương Thị Khoa Nghi** đã tán dương: "*Tôi đã đọc hết cuốn tự truyện của anh. Nhờ cuốn truyện này mà tôi hiểu và gần gũi ông bạn giáo chức của tôi hơn. Tôi thấy nhà giáo Kiến Thiết này tuổi trẻ thật thông minh, hiếu học, cần cù và có chí tiến thủ. Thật là đáng quý. Đọc những đoản văn mượt mà, thấm đẫm tình quê, tôi thấy quê hương mình sao giàu đẹp và đáng yêu quá! Xuyên suốt tác phẩm tôi thấy biểu hiện rõ nét Tính cách hiền hòa, khiêm tốn, tôn sư, trọng bạn và biết ơn mọi người của nhà giáo*

Kiến Thiết, một đức tính mà đức Đạt Lai Lạt Ma cho là đáng quý nhất của con người" (Vì bài viết không có dấu nên chúng tôi xin phép được bỏ dấu cho dễ đọc).

- **PGS TS Nguyễn Văn Nở** đã cảm xúc: "*Thật nhiều cảm xúc khi nhận được sách Thầy tặng. Dù chưa đọc nhưng thoáng qua Mục lục bài viết, cũng có thể thấy những "Những Trang Văn Đời Tôi" là hoài niệm của Thầy từ bao năm dài ngắm rừng phong lá đỏ mà đau đáu nhớ miệt vườn, bến nước, sông quê hoặc cháy lòng thèm cái nắng vùng châu thổ Cửu Long trong những ngày đông giá rét, xám xịt, mờ mịt chậm trôi ở đất nước Canada xa xôi (...) Người có tuổi thường dễ nhớ chuyện "Năm Thìn bão lụt"!!! Như khi cầm quyển sách Thầy, tôi chợt nhớ những năm 80 đến đầu năm 90 của thế kỉ trước. Chuyện xưa có một chút liên quan mà sau này, "Trải qua một cuộc bể dâu", tôi mới chợt nhớ và kết nối.*

Lần thứ hai, người coi chỉ tay cho tôi chính là Thầy. Có lẽ vào khoảng năm 1986 - 1987. Trong một buổi họp mặt tại nhà Thầy Minh ở Khu I, tôi ngồi cạnh Thầy. Hình như thời gian này, Thầy đang tìm hiểu tử vi, bói toán nên "thực hành" xem chỉ tay của tôi! Nhớ lần đó Thầy nói, đến năm 31 tuổi, tôi sẽ bị bệnh thập tử nhất sinh hoặc gặp tai nạn nghiêm trọng. Thầy trấn an tôi, nói là nhìn đường chỉ tay mà đoán thế thôi chứ chắc gì đã đúng. Tôi thật cũng không quá bận tâm và chỉ xem đó là chuyện trà dư tửu hậu...".

***

Ngoài ra, các cựu đồng nghiệp và môn sinh cũ, bè bạn tâm giao trong và ngoài nước, đông đảo bạn đọc chưa hề quen biết cùng những người thân yêu đã nhiệt tình ủng hộ chút đỉnh vật chất và không ngừng khích lệ về tinh thần. Đó là chất men tinh thần để tôi tiếp tục thực hiện tập sách *NMVVH* nầy. Xin chân thành cám ơn tất cả các bạn - những người *đồng điệu*, một số bạn *tri âm, đồng thanh đồng khí.*

Nguyễn Kiến Thiết - Montréal, Tết Ất Tỵ 2025

TRÚC LAN
ĐẦU NĂM KHAI BÚT: THAN THÂN

Năm qua tai họa ập lên đầu
Nhà lụt, mắt mờ, vợ bịnh đau
Nghiệp bút, thôi đành xin hoãn lại
Nợ văn, cam chịu hẹn kỳ sau
Trình làng tác phẩm: chưa tròn nguyện
Góp mặt trường văn: dám lãng xao
Chí nguyện "lập ngôn" lưu hậu thế
Nhân sinh bào ảnh tợ chiêm bao!

Trúc Lan – Xuân Ất Tỵ 2025_

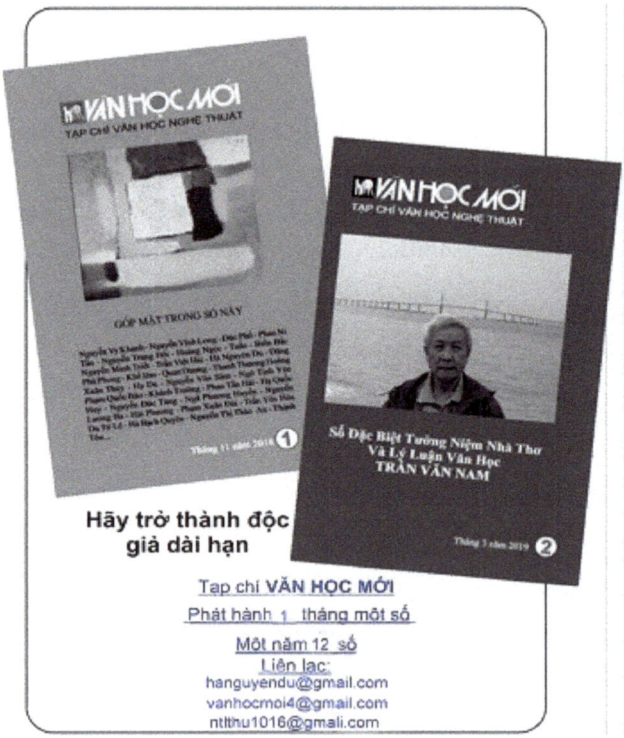

HUYỀN THANH - TRÚC LAN - LỘC BẮC

Thơ Xướng-Họa: TÂN XUÂN TỰ THÁN
***Huyền Thanh – Trúc Lan – Lộc Bắc**

Vừa rồi Trúc Lan tôi có nhận được bài thơ bát cú TÂN XUÂN TỰ THÁN do thi hữu Huyền Thanh gởi đến để mời họa cho vui. Hôm nay TL đã họa xong bài thơ thẩn kể trên; đồng thời cũng đã nhận thêm hai bài thơ họa khác của nhà thơ Lộc Bắc. Nhìn chung, các bài thơ họa đều làm theo lối tương đồng xoay quanh chủ đề bài xướng, cùng cảm thông tâm trạng niềm đau của tác giả - cũng là tâm trạng niềm đau của chính mình! Nhân ngày đầu năm mới, xin giới thiệu tất cả các bài thơ Xướng-Họa để hầu bạn đọc. Mong nhận được vài lời bình phẩm cũng như các bài thơ họa khác. Xin thành thật cám ơn.

Bài xướng: TÂN XUÂN TỰ THÁN
Bảy mấy năm qua đã nhẵn mùi!
Cuộc đời nghĩ lại có gì vui?
Áo cơm quần quật, thân còm cõi!
Hận nước bôn ba, lệ sụt sùi!
Tai dẫu ngóng nghe tai vẫn điếc,
Mắt còn gai chuyện mắt càng đui!
Ruột đau đòi đoạn tình non nước
Gối mỏi, đường xa luống ngậm ngùi!
Huyền Thanh

Bài họa 1: TÂN XUÂN TỰ THÁN
Tuổi cổ lai hy nếm đủ mùi
Được - thua, vinh - nhục, lẫn buồn vui
Chạy ăn tất bật, người mòn héo
Thù nước khôn nguôi, lệ sụt sùi!
Chẳng quản thị phi, tai giả điếc
Thờ ơ thế sự, mắt thà đui

Vẳng nghe tiếng gọi: hồn sông núi
Lực bất tòng tâm, những ngậm ngùi!
Trúc Lan

Bài họa 2: THAN THÂN NĂM MỚI
Thức ăn, cái uống dẫu quen mùi
Thế sự lam nham chả mấy vui
Đất trích thu đi chân nhức mỏi
Quê xa đông đến mặt lên sùi
Nói liều không cãi, tai vờ điếc
Làm quấy quay lưng, mắt giả đui
Năm mới chúc người luôn hạnh phúc
Riêng ta mỗi Tết dạ bùi ngùi!
Lộc Bắc

Bài họa 3: TỰ THÁN
Quê nhà nếm trải biết bao mùi
Đất khách xa xôi chẳng mấy vui
Quan chức chuyên cơ thân láng lẩy
Thứ dân thùng lạnh xác bung sùi
Thủ Thiêm chúng khóc tai vờ điếc
Tư Chính giặc xâm mắt giả đui
Tuổi cổ lai hy thân lão nhược
*Tuyết rơi đêm trắng dạ thêm ngùi!**
Lộc Bắc

**Ngùi: động lòng thương nhớ. Nhớ ngùi: nhớ lắm; thương ngùi: thương lắm (Tự điển Đại Nam Quấc Âm Tự Vị của Huình Tịnh Paulus Của).*

***Huyền Thanh – Trúc Lan – Lộc Bắc**

NGÔ NGUYÊN NGHIỄM

NGHIÊU MINH

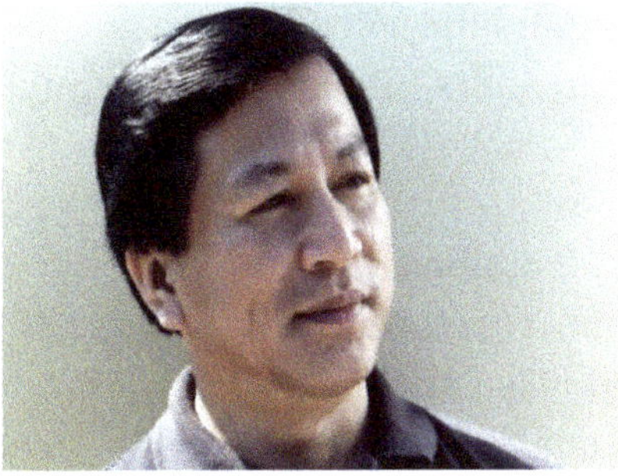

A TIỂU SỬ VĂN HỌC

Nhà thơ, Nhạc sĩ Nghiêu Minh tên thật là Nguyễn Văn Minh, sinh năm 1944.

- Quê quán: Mười Tám Thôn Vườn Trầu (Hốc Môn), Gia Định
- Các bút hiệu khác: Đặng Thiên Gia Hộ, Lê Cần Sơn, Mạnh Thần
- Hiện sinh sống và làm việc tại: Maryland, Hoa Kỳ.

Nghiêu Minh là người hoạt động nghệ thuật nhưng chủ trương không thích xuất hiện trước khán giả, mặt dù anh là người được biết nhiều đến tên tuổi ở miền Đông Bắc Hoa Kỳ, từng có thời gian có chân trong Văn Bút với chức vụ là chủ tịch hội Văn Bút miền Đông Bắc Hoa Kỳ.

B. TÁC PHẨM TIÊU BIỂU

a) Tác phẩm đã xuất bản

1/ Khóc Trên Đường Đi, Hát Trên Đường Về (tập nhạc 1984)
2/ Trăng Mật (thơ 1992)
3/ Chợ Trăng (tập nhạc 2000)
4/ Dấu Xưa (thơ 2002)
5/ Mẹ Thường Hằng (thơ song ngữ, 2005)

6/ Thiền Trong Cõi Tục (thơ 2013).

Ngoài ra, ông còn hiện diện trong các tác phẩm nghiên cứu văn học nghệ thuật như:

1/ Tác Giả Tác Phẩm Người Đồng Hành Quanh Tôi V (Nxb Thanh Niên, 2013).

2/ Chân Dung Văn Nghệ Sĩ Qua Góc Nhìn Ngô Nguyên Nghiễm quyển thượng (Nxb Hội Nhà Văn, 2016).

3/ 108 Nhà Thơ Nhà Văn Việt Giữa Thế Kỷ 20 (Quyển hạ, Nxb Hội Nhà Văn, 2022).

b) CD & Video

1/ Mẹ Thường Hằng (thơ & nhạc, video).

2/ Em, Người Tình Nhân Tôi (thơ nhạc).

3/ Bởi Có Em Tôi Ở Lại Đây (nhạc)

4/ Mẹ, Em Và Nguồn Dấu Yêu (nhạc)

5/ Em, Người Tình Nhân Tôi (nhạc)

6/ Khúc Tình Ca Xanh (nhạc)

7/ Sao Em Biết Mùa Thu Không Trở Lại (nhạc).

8/ Ngõ Yêu (nhạc)

C. THỦ BÚT CHỮ KÝ & KÝ HỌA

a) Thủ bút chữ ký

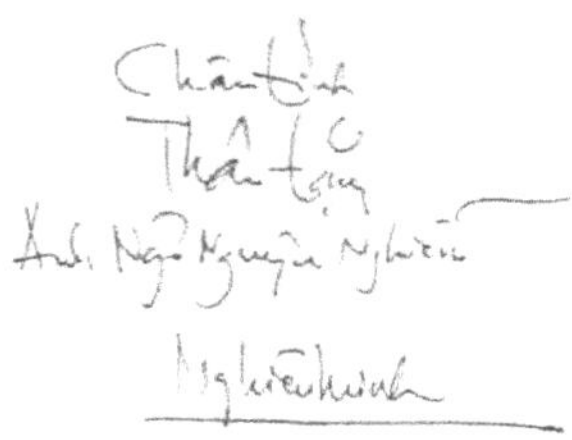

b) Ký họa

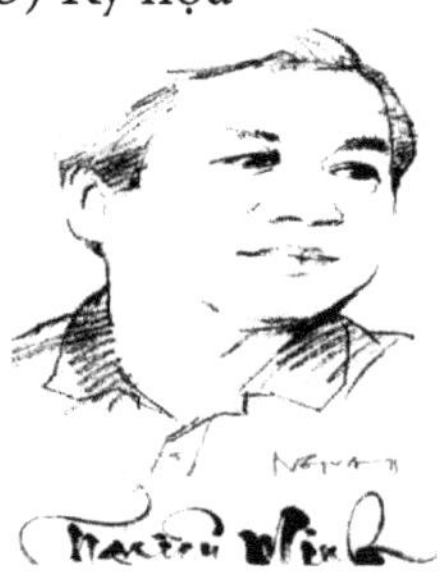

NGHIÊU MINH. CUỘC PHIÊU HỐT TANG BỒNG CỦA KẺ LÃNG TỬ TÀI HOA

NGÔ NGUYÊN NGHIỄM

Ngoảnh lại chút quá khứ, thời gian trôi nổi lãng du của tuổi trẻ, những khinh khoái tang bồng trong từng bước lăng ba vi bộ trên khu vườn đa sắc nghệ thuật, thật tình tôi cũng không thể giải thích được vài sự thân quen tri kỷ của bằng hữu văn nghệ thời xa xưa… Cái hay của bạn bè văn nghệ miền Nam, nhiều lúc ngẫm nghĩ như những cuộc tương phùng của bức tranh vân cẩu, hợp lại một cách tình cờ phù ảo, rồi tan đi như những áng mây tụ tán vô thường. Nhưng khác với thế thường nặng nề nghiệp chướng, người dấn thân vào định kiếp văn chương lại trồng đầy trong thế giới hóa sinh riêng mình, những búp sen đầy rẫy ân tình và tài hoa, bất chợt nhặt được vô tình trên bước đường chợt bước qua. Cảm ngộ tài năng của nhau, thường không cần quen mặt bắt tay, nhưng những câu thơ, âm ba lời nhạc, những nét phiêu lưu thần khí trên những họa phẩm hay tác phẩm điêu khắc… đã làm chấn động tâm thức giao cảm, rồi mặc nhiên như mối thân quen tiền kiếp vọng về.

Gần nửa thế kỷ trước, hầu hết bóng dáng phiêu bồng của bằng hữu ngất ngưởng trên không gian văn nghệ thời bấy giờ, đều căng đầy sức sống của lứa tuổi đôi mươi. Khoảng tuổi thanh xuân tràn ngập hỏa khí, dương tính trong cuộc đời cũng như sáng tác. Mỗi văn nghệ sĩ bộc phát tài hoa như những biến hóa đa dạng trong khung trời sáng hóa, mỗi một tiểu vũ trụ đầy ấp thanh khí tiêu dao. Nhìn quanh, phong thái văn nghệ miền Nam nở rộ trăm hoa hương sắc, mỗi tay bút như đã vạch riêng cho mình và cho văn nghệ một tiểu vũ trụ sáng hóa kỳ diệu. Đến nay, không khí lãng bạt xa xưa đã định hình không thể chối cãi được, về một lớp người sáng tạo dòng văn chương Việt, đáng hãnh diện cùng văn chương nước ngoài. Lớp văn nghệ sĩ đó, giờ trải cuộc đời lưu lạc hiện diện khắp cùng thế giới, trải rộng tinh hoa sáng tạo rực rỡ khắp hành tinh nầy… Lớp tuổi Cung Tích Biền, Viên Linh, Trần Tuấn Kiệt, Phan Bá Thụy Dương, Phạm Thiên Thư, Nguyễn Tất Nhiên, Lâm Chương, Trần Hoài Thư, Phạm

Nhã Dự, Nguyễn Cát Đông, Trần Yên Thảo, Nguyễn Tôn Nhan, Lâm Hảo Dũng, Hoài Ziang Duy, Nghiêu Minh… thật sự đóng góp rất nhiều trí tuệ và hóa thân cùng cực trong văn nghệ bên cạnh cuộc sống đầy cuồng rối hôm nay.

Thập niên 60-70 thế kỷ qua, nhìn lại như bèo trôi gió dạt vẫn loáng thoáng trong trí nhớ nhiều hình ảnh kỳ diệu của bạn bè văn nghệ. Ngoài những thâm tình đã có với bao la bằng hữu, tôi đến với Nghiêu Minh cũng bằng một sự tình cờ như định nghiệp sắp đặt. Trưa một ngày cuối đông năm 1973, nhà thơ Trăng Thệ Hải (Vũ Đình Trường) phiêu hốt qua tệ xá, trên tay khệ nệ một cặp táp căng phòng, chắc có lẽ đầy rẫy tài liệu, giấy tờ gì đây. Trăng Thệ Hải thưởng ngao du đây đó, thỉnh thoảng tạt qua thư trang loáng thoáng vài thời khắc thăm viếng nhau rồi lại tách bước biền biệt như cơn gió chợt thoảng. Trà nước đãi bạn để kéo dài câu chuyện tham thảo cùng nhau như Trăng Thệ Hải đề nghị, tôi ngờ ngợ chuyện văn chương, nên sẵn sàng trong thư giãn. Trăng Thệ Hải với tên cúng cơm thường gọi giữa anh em văn nghệ đồng song với nhau là Thành nhà báo, vì tài bay nhảy kinh doanh, tổ chức xuất bản tạp san văn nghệ quảng cáo, hoặc những đêm thơ trình diễn tại nhiều tụ điểm như Hầm Gió, Phấn Thông Vàng.v.v. Khệ nệ xấp xếp lên bàn giấy, một bên là bản thảo bài vở bạn bè văn nghệ thời vàng son, một bên là một xấp biên lai quảng cáo của các nhà tài trợ, Trăng Thệ Hải vào chuyện đang làm tờ báo xuân với tham gia nhiều tên tuổi như Phạm Nhã Dự, Hà Thúc Sinh, Lâm Chương, Nguyễn Lê La Sơn, Thụy Miên, Yên Bằng, Nghiêu Minh… Ngoài việc mời tôi cộng tác, Trăng Thệ Hài chuyển đọc các tác phẩm anh em có mặt trong tờ báo. Phần đông, ngoài bao dàn các tin thời sự, sớ táo quân, chuyện văn nghệ, ca sĩ thời thượng của tay bút Trăng Thệ Hải, tác phẩm bằng hữu góp mặt là những bài thơ tâm đắc, sở trường của các văn gia thi sĩ. Chính vậy, cầm bản thảo tò mò đọc, cái chú ý trước tiên trước mênh mông thơ phú, câu đối, tranh biếm họa… là một kịch truyện Mùa Xuân Hoa Giấy và một đoạn nhạc đệm cho bài kịch nói cùng tên Mùa Xuân Hoa Giấy, được giới thiệu rút từ bài Tóc Mây, trong tập Mười Thể Phách Cho Tình Yêu, của tác giả Nghiêu Minh. Thời mà những kịch thơ của Vũ Hoàng

Chương, Đinh Hùng là những bóng mát cho cuộc trình diễn thơ nhạc sân khấu. Hay những vở kịch nói bác học kinh điển của Vũ Khắc Khoan, Nghiêm Xuân Hồng ít nhiều ghi lại trong tâm thức người đồng điệu. Dù vậy, cũng còn rất ít người tâm huyết thưởng ngoạn hình thể kịch sân khấu như vậy. Có lẽ, tôi cũng là một kẻ thưởng ngoạn lạc loài trên bước đường soi ngắm những khuynh hướng truyện kịch, nên tò mò nêu những điều chưa biết về nhà văn nhạc sĩ Nghiêu Minh. Trăng Thệ Hải chỉ cười nói, Nghiêu Minh là bạn thân mười tám thôn vườn trầu của Phạm Nhã Dự, hôm nào phiêu bạt về Bà Điểm chắc chắn sẽ tương ngộ, lo gì.

Nói thì dễ như trở bàn tay, nhưng năm nẩy tháng nọ trải dài trên cuộc biến đổi tang thương của đất nước, sự tao ngộ lại là sự thách đố không có đoạn kết, vì chân trời góc biển vẫn là rào cản hữu vi, tâm thức chưa vượt qua được. Đoạn đường tri ngộ vẫn lạc loài trong vô thức, đến ngày Phạm Nhã Dự, Nguyễn Lê La Sơn định cư tại Mỹ, tin bỗng bay về, anh em hội tụ nhắc nhở tên nhau qua đường dây nối liên lục địa. Phạm Nhã Dự phấn khởi thông báo, "anh em đông đủ cả trên bàn rượu tương phùng, ông nói với từng anh em nhé. Nghiêu Minh, Lâm Chương, Nguyễn Lê La Sơn, Hà Thúc Sinh, Trần Kiêu Bạt, Phạm Nhã Dự"… Đêm hôm tương ngộ, bên nẩy trời đại dương tôi đang ngồi đối ẩm với Dương Trữ La, Nguyễn Tôn Nhan, Nguyễn Phan Thịnh… dưới bóng cây lão mai trước sân Thư trang Quang Hạnh. Anh em văn nghệ hai đầu nỗi nhớ tràn đầy, đối thoại như pháo xuân nở rộ. Buổi kỳ ngộ bỗng nhiên lại là bước nối kết chặt chẽ, trong đó khoảng thời gian dài tận giờ Nghiêu Minh thường xuyên gởi những tác phẩm tâm huyết về tặng bằng hữu. Từng đĩa CD, từng ấn phẩm Thơ nhạc, là những hạnh ngộ đầy tương giao và phiêu lãng của những kẻ làm văn nghệ, với tâm thông, hiền triết, trao nhau như trao gươm báu và ấn tín.

Nghiêu Minh bước nhẹ hững như cơn gió lướt phù ảo trên dặm trường. Chính vậy, sáng tác của Nghiêu Minh vẫn tràn đầy cái chân, trong sáng, hành đạo như một tăng lữ trải rộng vô ưu chiếc bóng phù ảo trên suốt đoạn đường nhập thể với thi ca, với âm nhạc, với hội họa… Bên cạnh nghệ sĩ, hình như cũng có nhiều ảnh tượng thần vĩ của bạn bè luôn luôn sát cánh với

Nghiêu Minh trên lộ trình hóa thân nghệ thuật… Những bằng hữu thơ văn, hội họa, âm nhạc, điêu khắc… như Hoài Ziang Duy, Phạm Nhã Dự, Kinh Dương Vương, Trương Thành Vân, Hà Thúc Sinh, là những tinh quang lấp lánh bên nếp sống chân tình đầy tính đạo pháp và nghệ sĩ.

Đến nay, Nghiêu Minh đang phiêu bồng trong vài mươi tác phẩm khai hóa trong một chân tâm hạnh ngộ với tình mẹ, quê hương, tình yêu và chánh pháp… Sự chân thật, giản dị trong tác phẩm bao giờ cũng là nét chánh, được phát khởi từ một sự chân thật. Tác phẩm phát khởi trong yếu chỉ trực diện với tâm thức, nên sự trong sáng là nét rực rỡ trong từng câu thơ, từng giai điệu âm nhạc. Hôm ngồi nghe lại từng CD nhạc, đọc lại những thi phẩm của Nghiêu Minh, tôi chợt thấy rõ nét hơn tài hoa hồn hậu của bạn hiền. Lúc nào cũng vậy, Nghiêu Minh luôn khoác trên hình thể chiếc áo đầy đặn chân thành, thơ nhạc thể hiện rõ rệt chân hướng mà hiền giả hướng tới suốt cuộc đời. Những chân chất phát tiết một cách tự nhiên, không ràng buộc ngã chấp, dù anh đang nghiêng ngả trước những xúc cảm từng phen lưu trú trong hồn. Thi phẩm Mẹ Thường Hằng, khiến tôi trào dâng nhiều cơn uất nghẹn, như những sự liên tưởng kỳ diệu mà suốt một đời người, cái đạo vẫn như vầng trăng không bao giờ khuyết, kinh thiên động địa vẫn âm thầm chiếu sáng rực rỡ giữa vũ trụ ta bà.

Thi phẩm Mẹ Thường Hằng của nhà thơ nhạc sĩ Nghiêu Minh là một thi tập trang trọng gói ghém 10 bài thơ dâng trọn vẹn cho Mẹ hiền trong đạo làm người, khiến người đọc cảm thông “với tấm lòng chân chất, mộc mạc, những cảm xúc bình dị của một người con nói về Mẹ (Hoài Ziang Duy/ Nghiêu Minh, Người gieo hạt)”. Và nhà văn Trần Hoài Thư, xúc cảm qua một bài thơ, phát biểu: “Anh Nghiêu Minh. Thơ về má của anh làm tôi muốn rưng nước mắt đây. Người má qua thơ anh giản dị quá, chung thủy quá, từ bi, từ lượng quá. Đâu cần phải trăm suối nghìn sông hay biển Thái Bình chảy thành ân lượng. Đâu cần phải bông hồng cài áo. Bởi những lá trầu xanh kia trải xanh thẩm lòng người. Bởi mùi đất thở kia đã thở quyện vào tình người. Bởi từng chiếc nấm tràm từ quê nhà gởi sang là tình mẹ bất diệt để đứa con xa cố hương phải bồi hồi…”. Thi phẩm Mẹ Thường Hằng cũng đã bật lên những tán thán vô lượng về hình ảnh thái sơn suối nguồn vô cùng vi diệu, trăm biển ngàn sông vẫn là sự so sánh hữu hình chật hẹp quanh tri thức con người. Nghiêu Minh phụng hiến từ thi tập thành 7 ca khúc nhạc Mẹ Thường Hằng: Mẹ Từ Bi-Mẹ Như Đóa Sen Nghèo-Mẹ Là Nguồn Ân Bao La-Mẹ Cội Nguồn-Mẹ Tôi Và Giàn Hoa Thiên Lý-Mẹ Về Chân Trời Thật Xa-Rồi Mẹ Như Cánh Hạc Bay. 7 ca khúc được kinh tụng qua tiếng hát các ca sĩ Hồng Ngọc, Nhất Sinh, Thùy Dương, Tam Ca Hải Âu, Khắc Dũng, Bích Phượng. Quỳnh Lan… Quả thật, Nghiêu Minh đi vào nghệ thuật bằng chất đạo, chất người… đầy vẻ tiêu dao phóng đạt của một sự trong xanh chân thiện mỹ. Cảm ngộ tâm thức chân như của nhà thơ, trước những giá trị bất biến uyên nguyên trời đất, người đọc có hạnh phúc mênh mang gì không khi chiêm ngưỡng hồn thơ?:

Mùa xuân nào con sẽ về thăm má
(Như mỗi hoàng hôn chim về tổ xưa)
Mười tám năm tưởng đường dài hóa đá
Mừng má còn đây, con khóc như mưa!

Phút đầu tiên con đứng hoài trước cổng
Để nôn nao nghe nhịp chổi bình minh
Sương còn lạnh, má gom từng lá mận
Quanh lửa hồng, má thanh thoát lung linh

Nẩy sân cát, hàng cau chim ríu rít
Như thấy con, người bạn cũ năm nào
Con gọi má… rồi, lời không thành tiếng
Hai má con cùng dòng lệ tuôn trào!

———

Con đứng trước bàn thờ Ba khấn vái
Thương má gian nan may vá tảo tần
Ba mất, má chưa tròn ba mươi bảy
Giờ nhớ lại càng thương má vô ngần

Đường có dài, đại dương có rộng

Trong âm dương con thấy ba về
Hình ảnh má là chùm mây sống
Bay quanh con vẽ một trời quê
(Xuân Nào Con Sẽ Về Thăm Má/ Nghiêu Minh)

Nghiêu Minh bước đoạn đường dài phiêu lãng, nhưng gói hành trang nghệ thuật của anh bao giờ cũng đươm đầy nét chánh khí. Chính sự chân thật trong sáng tạo, nhiều khi tác phẩm có vẻ bình dị, đi xuôi vào lòng người đọc bằng những nét chấm phá cổ phong. Từ hai thi tập vương vải nhiều tình khúc như Trăng Mật (1992), Dấu Xưa (2002), … chuyện đời nhiều khi cũng là sự ráp nối từ nhiều đoạn đường, tăng trưởng theo thiện duyên hay ác nghiệp, mà đúc kết theo nghiệp quả. Nhà thơ nhạc sĩ Nghiêu Minh dàn trải tâm thiện trong tư tưởng, lối sống, và trên hành trình văn học… phải chăng là bước phiêu du sáng hóa tạo cho riêng cho mình một khuynh hướng ước lệ trong nghệ thuật. Tôi từng biết Nghiêu Minh có nhiều phen ngả bóng phiêu hốt trong những cơn khát vọng tìm tòi cái chân trong sáng tạo. Đuổi bóng khi bình minh, theo bóng giữa ngọ, và nhặt bóng khi hoàng hôn rụng xuống, Nghiêu Minh đóng vai hành giả cất bước dong ruổi với kinh phúc âm trên vai, chợt ẩn chợt hiện tìm phục sinh trên đoạn đường núi Sọ… Quang quả hành trình bất chợt trong kiếp phù sinh, mọi ảnh tượng và lời rao giảng, cũng chỉ là đoạn đường ước lệ, sự tăng trưởng trong tình yêu hóa giải chưa hết tâm khúc vô thường. Chàng nghệ sĩ lại quẩy quả đáo bỉ ngạn, áo vàng bình bát tìm bờ, sự vượt thoát qua cơn mê nghệ thuật bằng những cơn thiền ngộ trong bất kỳ cõi hiện thực nào vừa bước qua. Nghiêu Minh trong Thiền Minh Sát là một hình ảnh dễ thương, gần gũi, bình dân… dù anh chỉ Thiền ngộ riêng cho mình (nguyên thủy). Phải chăng phương cách mới cho thêm một quan niệm nghệ thuật, là cách khơi dựng thiện quả, thế tục bớt đi một nghiệp chướng...

Cuộc phiêu hốt tang bồng trong khung trời nghệ thuật, của một tài hoa lãng tử nầy vẫn còn phiêu bạt hành trình trong cuộc sáng hóa nghệ thuật vô lượng vậy.

NGÔ NGUYÊN NGHIỄM

Thư Trang Quang Hạnh
Nhuận sắc 22.02.2022

THƠ NGHIÊU MINH
THI PHẨM MẸ THƯỜNG HẰNG

MẸ MƯỜI TÁM THÔN

Mẹ là hương cau sấy
Ướp trong lá trầu xanh
Hồn con như luống rẫy
Mẹ gieo những hạt lành

Mẹ bờ sông bình bát
Thơm con nước lớn ròng
Hồn con như nốt nhạc
Mẹ ru ngoan giấc nồng

Mẹ gian nhà hai chái
Hong mùi khói cơm chiều
Con hàng rào bông dại
Mẹ phơi chiếc áo nghèo

Mẹ đem mưa nước ngọt
Hứng đầy mái bên hè
Hồn con nghe cơn khát
Mẹ gáo nước đường phèn!
Mẹ nấm xôi cặp đệm
Theo đường ruộng đến trường
Hồn con như tiếng kẻng
Vang lời dạy mẫu từ

Mẹ là mẹ bông sứ
Trắng sân đình Kỳ Yên
Hồn con cây xâm cũ
Ghi những lời mẹ khuyên

Mẹ vầng trăng nhãn chín
Thơm hàng trúc bờ mương

Hồn con tờ lịch kín
Đầy những ngày mẹ thương

Mẹ bây giờ nước mắt
Mờ ảo đèn mù u
Hồn con đang xa cách
Vòng tay mẹ đại dương

Con và mưa đang khóc
Nhớ mẹ mười tám thôn
Bài thơ như tiếng nấc
Từng chữ: từng nụ hôn!

NHỚ MẸ QUÊ MÙA
Mẹ không non cao biển rộng
Mẹ không như nước trong nguồn
Nhưng mẹ lời ru tiếng võng
Mưa trầm ngói đỏ âm dương

Mẹ không bao la trời đất
Mẹ không ghềnh thác sông dài
Nhưng mẹ vườn xanh bóng mát
Hoa cau, hoa mận rụng đầy

Mẹ không vô biên vô lượng
Mẹ không muôn triệu sao trời
Nhưng mẹ dạy con một hướng
Cái ăn cái ở trong đời

Mẹ không trân sa vàng ngọc
Mẹ không mũ miện kho tàng
Nhưng mẹ giản đơn như thóc
Nuôi con bằng những hạt lành

Mẹ không thiên hà vũ trụ
Mẹ không nhật nguyệt bốn mùa

Mẹ nghĩ: thương con chưa đủ
Còn con nhận sao cho vừa

Tâm mẹ quê mùa như đất
Hồn mẹ đạm bạc hương lài
Dàn dưa nhớ con mẹ khóc
Hải hồ con cũng khóc đây!

XUÂN NÀO CON SẼ VỀ THĂM MÁ
Mùa xuân nào con sẽ về thăm má
(Như mỗi hoàng hôn chim về tổ xưa)
Mười tám năm tưởng đường dài hóa đá
Mừng má còn đây, con khóc như mưa!

Phút đầu tiên con đứng hoài trước cổng
Để nôn nao nghe nhịp chổi bình minh
Sương còn lạnh, má gom từng lá mận
Quanh lửa hồng, má thanh thoát lung linh

Nẩy sân cát, hang cau chim ríu rít
Như thấy con, người bạn cũ năm nào
Con gọi má… rồi, lời không thành tiếng
Hai má con cùng dòng lệ tuôn trào!

Má lăng xăng vừa xoa tay xoa mặt
Vừa gọi mấy em mừng đón anh hai
Con thấy má vui như thời xuân sắc
Lúc má sanh con, nội ngoại sum vầy

Xuân năm nay má làm nhiều bánh tổ
Vẫn nhớ con thích cơm rượu, bánh phồng
Má thường kể chuyện, mỗi lần đám giỗ
Ăn gì ăn, con vẫn nhớ phần cơm

Những đêm dài má như quên mệt nhọc
Kể các em nghe về tật xấu con

Mỗi lần giỗ là mỗi lần nghỉ học
Thấy múa lân mình cũng múa theo lân!...

Những ngày xuân vô vàn hạnh phúc
Như hoa mai, hoa sứ quanh nhà
Trên ván gổ hương trầm thơm phức
Từng đứa con hôn má bảy mươi ngoài

Con đứng trước bàn thờ Ba khấn vái
Thương má gian nan may vá tảo tần
Ba mất, má chưa tròn ba mươi bảy
Giờ nhớ lại càng thương má vô ngần

Đường có dài, đại dương có rộng
Trong âm dương con thấy Ba về
Hình ảnh má là chùm mây sống
Bay quanh con vẽ một trời quê
Mùa xuân nào con sẽ về thăm má
Không bằng chim sâu con vẽ trong mơ
Mà bằng dạt dào gieo nhân gặt quả
Má giữ gìn con trong suốt nguồn thơ

NGHIÊU MINH

G. NHẠC NGHIÊU MINH

Mẹ Từ Bi

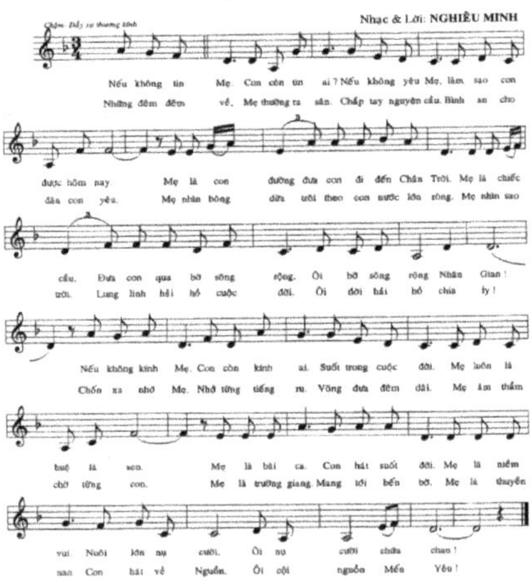

Rồi Mẹ Như Cánh Hạc Bay

Đêm khuya Mẹ dậy têm trầu
Nghe từng tiếng dế bụi rau bên hè
Âm thầm kẽo kẹt võng tre
Như trong trữ tịch con nghe Mẹ buồn.
Nghiêu Minh

Nhạc & Lời : NGHIÊU MINH

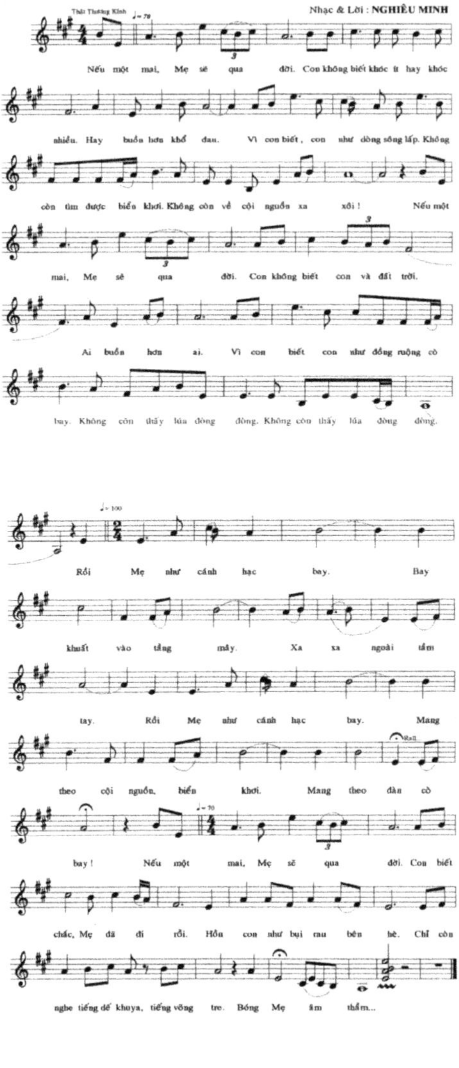

ĐỨC PHỔ

HOA NỞ TRÁI MÙA

Quê xưa trang nở vụ hè
hốt nhiên xứ lạ bên lề mùa đông.
hoa trang có lẽ. trong lòng
vui xuân hoa nở mà không hiểu gì!
đã hoa. nên mãi xuân thì
đời muôn sắc. hãy đẹp vì tình chung!...

BIẾT NÓI CÂU GÌ

gặp nhau chưa nói câu gì
bữa kia chỉ nhớ em thì thầm thôi.
đường về nắng nhạt màu tôi
tuổi xanh mới đó. đã rời mơ xanh.
ngày qua ngày lá rời cành
mốt mai ta chắc cũng đành lặng thinh…

ĐĂNG QUANG

mừng ngày đổi chủ thay ngôi
cân đai mão áo đã lời tấn phong.
đêm dài mộng chở vàng sông
ánh trăng vén sạch mây trong đại ngàn.
mừng ngày sử lật sang trang…

ĐỨC PHỔ

NGUYỄN MINH TRIẾT

SỰ TÍCH TIÊN RỒNG VÀ VÒNG THÁI CỰC

Kinh Dịch đã được phổ biến rộng rải và ngày nay ai ai cũng thừa nhận đó là một sản phẩm văn hóa của Hán tộc. Sự xác nhận với đầy rẩy chứng cớ trong sách vở khiến khó có ai có thể phủ nhận được. Công việc dẫn chứng để phủ nhận Kinh Dịch không phải của Hán tộc là một việc đội đá vá trời. Chúng tôi không có khả năng cũng như không dám làm công việc vĩ đại ấy mà chỉ nêu dưới đây một vài điểm tương đồng thân thuộc một cách kỳ lạ giữa sự tích Tiên Rồng của Việt tộc với Kinh Dịch của Hán tộc mà thôi.

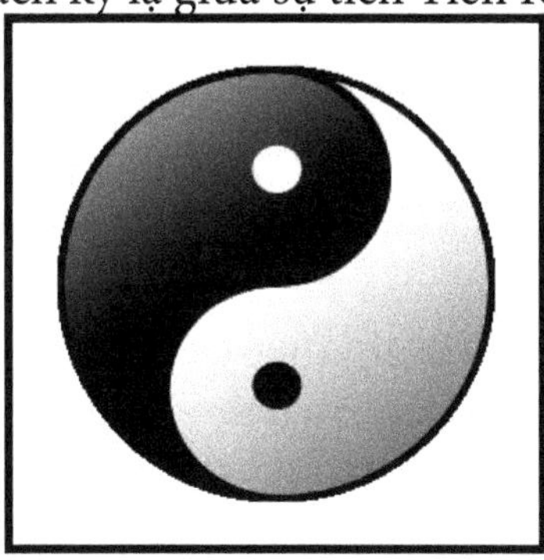

Một quan niệm căn bản của Kinh Dịch là thái cực sinh lưỡng nghi, lưỡng nghi sinh tứ tượng và biểu tượng rất được phổ biến của Kinh Dịch là Thái cực đồ với hình vòng tròn được chia hai bằng một đường dạng chữ S phân vòng tròn ra làm hai đều nhau, nửa đen nửa

Chúng ta ai cũng biết đến sự tích Tiên Rồng nói về nguồn gốc của dân Lạc Việt. Theo chuyện tích này thì dân Lạc Việt khởi nguồn từ sự kết hợp của hai giống Tiên và Rồng. Rồng Lạc Long Quân đã kết duyên cùng Tiên Âu Cơ và do sự kết hợp này mà mẹ Tiên Âu Cơ đã sinh ra một bọc chứa một trăm trứng nở được một trăm người con trai. Cha Rồng, mẹ Tiên sống với nhau một thời gian thì cha Rồng nhớ nguồn cội của mình là Thủy cung nên chia con ra làm hai, 50 con theo cha xuống biển, 50 con ở lại với mẹ Tiên trên non. Trước khi chia tay cha Rồng hẹn mẹ Tiên mỗi năm gặp nhau ở cánh đồng Tương hoặc ‘khi cần cứ gọi thì ta về ngay'.

Sự tích Tiên Rồng mới nghe có vẻ huyền thoại khó tin nhưng nếu nghiên cứu tường tận ta sẽ tìm thấy rất nhiều ẩn ý mà tiền nhân muốn nhắn nhủ và lưu truyền lại cho hậu thế về nguồn gốc và triết lý của dân tộc Lạc Việt. Có thể cuộc hôn nhân của Tiên Âu Cơ và Rồng Lạc Long Quân cũng bình thường như các cuộc hôn nhân khác, nhưng có lẻ vì muốn câu chuyện được hấp dẫn cho dễ lưu truyền từ đời này sang đời khác mà tổ tiên ta đã huyền thoại hoá chuyện tình Âu Cơ và Lạc Long Quân chăng?

Tiên và Rồng là hai biểu tượng không có thật. Tiên là hình ảnh của con người đã thánh hóa, siêu thóat, tượng trưng cho sự thanh nhã, khoan ái, trường tồn. Rồng theo quan điểm phương đông là rắn thăng hoa biểu trưng cho oai dũng, cho sức mạnh, tính nhẫn nại và tài năng biến hóa vô cùng. Trong khi các chủng tộc khác thường chỉ có một vật tổ, chủng tộc Lạc Việt có hai vật tổ cùng lúc là Tiên và Rồng tức có đủ cả hai yếu tố âm và dương. Tiên là giống cái thuộc âm, Rồng là giống đực thuộc dương. Cuộc hôn nhân của Tiên và Rồng là sự kết hợp sinh động của nét thanh nhã hiền hòa của Tiên với sức mạnh và tài năng thiên biến vạn hóa của Rồng. Sự kết hợp đó đã tạo nên giống giống Việt, một giống dân vừa xinh đẹp, dịu hiền, vừa hùng dũng, cương quyết, vừa tình vừa lý, vừa linh động vừa thường hằng, vừa vật thể vừa siêu phàm. Và đó chánh là ẩn ý mà tiền nhân muốn trao gởi lại cho hậu thế để biết tự hào về đặc tính của dân tộc Lạc Việt.

Trước tiên, một bọc trăm con tượng trưng cho hình ảnh một nhóm người sống quây quần thành một cộng đồng hay xã hội. Trăm trứng trong cùng một bọc cũng chuyên chở ý nghiã là dân Việt có chung một nguồn gốc và bọc nở ra trăm con là tổ tiên muốn nhắc nhở mọi người dân Việt phải nhớ tới nguồn gốc mà thương yêu đùm bộc nhau. Thêm vào đó, vì cùng sinh ra đồng thời, đồng lúc nên tất cả đều bình đẳng, đều là anh em, đồng thời cũng hàm ý là con người từ khởi thủy đã sống trong cộng đồng và đã có tinh thần xã hội rồi. Một cách tổng quát sự tích Tiên Rồng dạy cho mọi người dân Việt phải biết yêu thương đùm bọc nhau trong tình anh em ruột thịt, trong nghiã đồng bào. Chánh trong ý nghiã này mà tiếng Việt mới có cụm chữ 'đồng bào' để chỉ người dân trong cùng một nước.

Mặt khác chữ 'trăm trứng' không chỉ có nghiã thuần 100 trong ý nghiã số học. Trăm ở đây còn có nghiã là 'nhiều' như trong câu: ta còn trăm việc phải làm, hoặc cũng có nghiã là 'tất cả' như trong các từ ngữ trăm họ, trăm hoa đua nở. Với ý nghiã này, tổ tiên Lạc Việt qua sự tích "bọc trăm trứng" đã dạy chúng ta là không chỉ giống giống Tiên Rồng mà tất cả con người đều cùng một nguồn gốc sinh ra và tất cả các giống dân trên trái đất này đều bình đẳng và phải thân thương nhau trong tình ruột thịt.

Bọc trăm trứng cũng nói lên sự kết hợp âm dương. Cha là đực hay dương, mẹ là cái hay âm, cha mẹ tức âm dương kết hợp đã sinh ra bọc 100 con. Nếu xem bọc tượng trưng cho vũ trụ thì từ lâu ông cha ta đã có một quan niệm khá rõ ràng về vũ trụ. Trăm con được chia làm hai, 50 theo mẹ 50 theo cha, đó là tổ tiên với óc sáng tạo độc đáo đã cụ thể hóa hai ý niệm âm dương của Kinh Dịch vốn trừu tượng không thể thấy bằng mắt sờ bằng tay được. Cái bọc chỉ toàn thể vũ trụ được cấu tạo bởi hai yếu tố âm dương cân bằng nhau. Hình ảnh mẹ Tiên tượng trưng cho âm và cha Rồng tượng trưng cho dương để nói lên nguyên lý âm dương kết hợp và vận hành trong vũ trụ. Hai yếu tố âm dương hiện diện trong mọi vật thể từ nhỏ nhất đến lớn nhứt, hai yếu tố này tuy khác nhau nhưng quyện xoắn lấy nhau, tương giao, tương hợp để tạo thành vũ trụ và muôn loài.

Như vậy ta thấy sự tích Tiên Rồng của giống Lạc Việt đã nói lên một cách dễ hiểu và trọn vẹn những điều trong Kinh Dịch diễn tả một cách trừu tượng là: 'Thái cực sinh lưỡng nghi, lưỡng nghi sinh tứ tượng' (Hệ Từ XI). Cái bọc trong sự tích Tiên Rồng là cách nói dễ hiểu để chỉ vòng thái cực; bọc chia làm hai gồm 50 và 50 chính là ý niệm lưỡng nghi của Kinh Dịch. Nhưng tính chất độc đáo trong sự tích Tiên Rồng là cho con người và vạn vật đều do hai yếu tố âm dương kết hợp. Ý niệm này cũng tìm thấy trong Kinh Dịch qua câu: 'nhất âm nhất dương chi vị đạo' (Hệ Từ V) tức Đạo của trời đất và vũ trụ là phải có âm dương.

Nhưng hai yếu tố âm dương trong Kinh Dịch hoàn toàn trừu tượng, thuộc phần suy luận của lý trí, trong khi đó hai yếu tố âm dương trong sự tích Tiên Rồng được diễn tả bằng hai con người sống động và hiện thực là mẹ Tiên Âu Cơ và cha Rồng Lạc Long.

Vấn đề chia con ra làm 50 theo Mẹ và 50 theo cha khiến nhiều người không chịu tìm hiểu tường tận đã vội kết luận rằng bản chất của dân Việt là chia rẻ. Thực ra, hành động Mẹ Âu Cơ dẫn 50 con lên núi nói lên nguyên lý mẹ tức mẹ làm chủ trong văn hóa Lạc Việt. Dẫn con lên núi là ý niệm đi lên cao, đi đến chỗ triệt cùng, triệt để tức là tìm về với minh triết, đi đến chỗ phân cực triệt thượng. Cha Lạc Long dẫn 50 con xuống đáy biển là một sự việc đối nghịch lại với sự dẫn con lên núi nhưng có cùng một mục tiêu là tìm đến sự triệt để mà ở đây là triệt hạ. Triệt thượng thì lên đến cùng cực của siêu thực, triệt hạ thì xuống tận cùng thấp nhứt đến hiện tượng tức là việc làm ăn sinh sống hằng ngày. Khi đạt đến cùng cực thì mọi sự hội thông đúng như châm ngôn của Lý Thái Cực là: "nhất lý minh, vạn lý thông".

Hai hành động lên non, xuống biển nói lên sự phân cực để tiến hóa là một ý niệm hoàn toàn khoa học. Chia nhưng không chia, chỉ đi về hai phiá để làm nổi rõ sự cách biệt thôi. Sự chia tay này còn biểu thị cho cơ cấu của vạn vật trong trời đất đâu đâu cũng phải phân cực như vậy. Cha Rồng đã nói rõ là mỗi năm gặp nhau ở cánh đồng Tương và khi 'gọi thì ta về" đã nói rõ sự kết hợp giữa Tiên và Rồng dù kẻ lên núi, người xuống biển vẫn còn tồn tại, vẫn là một. Điều này cũng nói lên lưỡng nhất tính trong văn hóa của Việt tộc: hai mà một, một mà hai:

Tình đôi ta tuy hai mà một

Đời chúng mình tuy một mà hai.

Dẫn con lên núi và xuống biển còn nói lên ý niệm núi vươn cao, biển nằm dài, hai hình ảnh ngang dọc chỉ ý niệm trời đất, đồng thời cũng cốt để diễn đạt quan niệm phân cực. Mẹ lên non đứng thẳng chỉ non nhân, cha xuống biển nằm ngang chỉ nước trí. Mẹ non nhân, Cha nước trí, nước non phối hợp hài hòa cho quốc gia vững mạnh, dân tộc trường tồn.

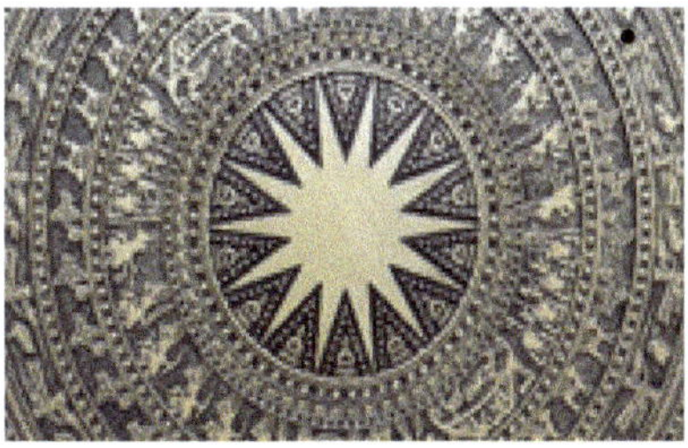

- Sự tích Tiên Rồng cũng thể hiện rõ rệt quan niệm về Đạo của Việt tộc. Đạo bao gồm ba yếu tố là âm, dương và hóa tức âm dương hòa hợp tạo nên Đạo. Bình thường người ta chỉ thấy có âm và dương: âm tán dương tụ

Muốn trở thành Đạo âm dương phải kết tụ, giao hòa. Tán tụ là hai luật căn bản của vạn vật trong vũ trụ vì tán tụ là hai mối liên hệ ràng buộc vạn vật với nhau một cách mật thiết.

Nói cách khác là vạn vật phải giao hòa để tạo thành nhất thể như Kinh Dịch có ghi nhận là 'vạn vật nhất thể. Để nói lên cùng một ý niệm 'giao hòa' và 'nhất thể' đó sự tích Tiên Rồng chỉ cần dùng hình ảnh bọc mẹ trăm con rất đơn giản và dễ hiểu.

Trống đồng Đông Sơn là những cổ vật không ai chối cải là di sản văn hóa của Việt tộc cũng đã ghi khắc lại trên mặt trống những tư tưởng về vũ trụ quan của sự tích Tiên Rồng. Mặt trống tròn chánh là cái bọc được nhắc đến trong sự tích Tiên Rồng tương đương với ý niệm vòng thái cực của Kinh Dịch. Mặt trống vẻ toàn các hình tượng người và vật có mang lông chim nói lên ý niệm Tiên và sự kiện 50 con theo Mẹ lên núi. Tang trống thì vẻ hình 6 thuyền rồng đi trên nước hàm ý 50 con theo Cha xuống biển. Mặt trống cũng được chia ra làm hai với một nửa có các hình tượng số chẳn như nóc nhà 2 chim, đoàn 6 người, chim 4 cặp, và một nửa có các hình tượng số lẻ như nóc nhà 1 chim, đoàn 7 người, chim 3 cặp. Sự phân chia này trùng hợp với điều trong Kinh Dịch gọi là Thái cực sinh lưỡng nghi. Vòng ngoài cùng của mặt trống với 36 con chim là tượng trưng cho 4 hoa hướng dương 9 cánh nói lên ý niệm lưỡng nghi sinh tứ tượng của Kinh Dịch.

Một ý niệm khác của Kinh Dịch là tam tài Thiên Địa Nhân cũng được diễn tả trên trống đồng Đông sơn của Việt tộc. Ngay giữa mặt trống là hình mặt trời rõ nét, đó chánh là yếu tố Thiên. Kế đến là hai vòng vẻ hình người múa hát, tượng trưng cho yếu tố Nhân. Hai vòng ngoài cùng vẻ hình chim thú tượng trưng cho đất, chính là yếu tố Điạvậy. Tang trống cũng diễn tả ý niệm tam tài bằng ba phần: phần trên chỉ trời, phần thân chỉ người và phần chân trống chỉ đất.

Ngoài ra, nhìn vào mặt trống ta cũng thấy thấp thóang hình bóng của ngũ hành là Kim, Mộc, Thủy, Hỏa và Thổ. Như trên vừa nói hai vòng ngoài cùng của mặt trống có hình chim thú, kế đến là hai vòng hình người, trong cùng ở ngay giữa là vòng mặt trời biểu thị cho hành Thổ trung cung, cọng tất cả các vòng lại ta có con số 5 của ngũ hành với hành Thổ ở giữa và bốn hành Kim, Mộc, Thủy, Hỏa ở bốn phương đông, tây, nam, bắc.

Tóm lại, sự tích Tiên Rồng đã được thể hiện trên trống đồng Đông Sơn. Và qua trống đồng Đông Sơn ta thấy hình người và chim muông cùng hợp ca múa hát trong cảnh thái hòa hạnh phúc giữa trời, đất và người. Nếu minh triết là nghệ thuật tối cao sắp đặt cuộc sống sao cho mọi người đạt được hạnh phúc, thì triết lý của Việt tộc được gói ghém trong sự tích Tiên Rồng và biểu hiện qua trống đồng Đông sơn đã nói lên được tánh cách ưu việt đó là hội nhập được hai thái cực cùng tột là có với không, chẵn với lẻ, vuông với tròn, âm với dương một cách trọn vẹn và hài hòa.

Những tánh cách ưu việt đó đem đối chiếu với Kinh Dịch nói chung và thái cực đồ nói riêng ta thấy có nhiều điều trùng hợp. Qua các điều dẫn chứng vừa trình bày, ta có thể ghi nhận là sự tích Tiên Rồng và Thái cực đồ của Kinh Dịch là hai ấn bản của cùng một tư tưởng triết học, Tiên Rồng của Việt tộc có tánh cách bình dân dễ hiểu, Kinh Dịch của Hán tộc có tánh cách bác học khó hiểu. Cả hai cùng nêu cao một vũ trụ quan lưỡng nhất tính và quan niệm âm dương vẫn được nền triết học thế giới thừa nhận là hai yếu tố đặc thù của nền triết học Đông phương. Điều sau cùng tưởng cần ghi nhận là sự tích Tiên Rồng đã có từ hơn năm ngàn năm trong khi Kinh Dịch chỉ mới biết đến khoảng hai ngàn năm trăm năm mà thôi

NGUYỄN MINH TRIẾT

Tài liệu tham khảo:

Kim Định -- Thái Bình Minh Triết, Thời Điểm xuất bản, 1997.
Đào Văn Dương, et. al. -- Tinh Hoa Tư Tưởng Việt, Tủ Sách Việt Thường xuất bản, 1997.
Nam Thiên -- Kinh Việt, Hoa Tiên Rồng xuất bản, 1993.

LÊ TRÚC KHANH

KỊCH THƠ

KHI CÁNH HẠC VỀ NAM

LỜI DẪN CHUYỆN

Câu chuyện bắt đầu về một nhà sư pháp danh Liễu Đạt - Thiệt Thành hiệu Liên Hoa. Sư Liễu Đạt sinh năm nào, quê quán ở đâu không ai rõ. Chỉ biết, ông là một chân tu thuộc phái thiền Lâm Tế, được vua Gia Long phong làm quốc sư nhờ vào tư chất thông minh và phẩm hạnh cao đẹp. Năm 1813 ông được triệu về kinh để giữ chức Tăng cang chùa Thiên Mụ đồng thời phụ trách thuyết pháp trong cung vua.

Theo tài liệu còn lưu lại, sư Liễu Đạt về ngoại hình rất đẹp trai, oai nghiêm, đĩnh đạc. Đứng trước đông đảo Phật tử, ông thuyết giảng rất hấp dẫn, thu hút được nhiều người lắng nghe. Công chúa Ngọc Anh là người rất ngưỡng mộ tài năng và đức độ của nhà sư nên đem lòng yêu thương muốn ràng buộc tơ duyên.

Biết được sự việc, nhà sư ra sức khuyên giải nhưng công chúa Ngọc Anh vẫn không vơi đi tình yêu thương để cuối cùng sư Liễu Đạt lẳng lặng xin trở về chùa Từ Ân ở Gia Định... Lấy cớ đi cúng dường, công chúa Ngọc Anh được vua Minh Mạng cho phép xuôi về phương Nam để tìm nhà sư và dừng chân ở chùa Từ Ân.

Ở nơi đây nhiều ngày, công chúa vẫn không gặp được nhà sư. Không một ai có thể cho công chúa biết hành tung của người mình yêu. Điều này đã làm cho công chúa suy sụp nặng. Biết không thể giấu được, tăng chúng đành phải tiết lộ sư Liễu Đạt nguyện nhập thất 2 năm tại chùa Đại Giác. Tìm đến chùa Đại Giác, công chúa Ngọc Anh đứng thật lâu trước tịnh thất bày tỏ nguyện vọng mong muốn được gặp nhà sư lần cuối trước khi hồi kinh. Im lặng. Không một tiếng trả lời. Không nản, công chúa bày tỏ nếu không cho gặp mặt chỉ mong được nhìn thấy bàn tay...

Vài phút sau, từ ô cửa nhỏ nơi chuyển thức ăn vào, một

bàn tay đưa ra. Ngọc Anh mừng rỡ nở nụ cười thật tươi rồi bỗng chốc nước mắt tuôn trào, Công chúa ôm bàn tay nhà sư hôn một cách trìu mến rồi sụp lạy. Nước mắt tuôn lã chã. (Trần Chánh Nghĩa - Theo Dân việt online - 2021)

Câu chuyện kết thúc bằng cái chết của cả hai người trong cuộc. Một chuyện tình ngang trái, đẫm nước mắt đau thương làm xúc động thế nhân. Nhưng bên cạnh nỗi nghiệt ngã của tục lụy trần gian, đã lóng lánh sự cao khiết tuyệt vời từ trái tim một vị chân tu quyết lòng theo cánh hạc về Nam…

MÀN MỘT

Hậu liêu chùa Từ Ân. Đầu canh năm. Không gian chìm trong tĩnh lặng, có thể nghe tiếng lá bồ đề cuối thu đang rơi trước sân chùa.

Nhà sư Liễu Đạt ngồi trầm tư bên chén trà nóng còn bốc khói. Bên cạnh ngài là tay nải đã sắp sẵn, hình như đang chuẩn bị cho một chuyến đi xa…

Sư Liễu Đạt:

Có tiếng lá rơi khi mùa thu sắp hết
Để mai nầy trời đất chuyển sang đông
Ta về đây muốn ngắm lại dòng trong:
Dòng Đồng Nai xuôi nguồn ra biển cả.
Ta về đây nhớ thương từng mái rạ
Từng ngôi nhà, thôn xóm, huyện Bình Dương
Chùa Từ Ân - từ năm tháng đau thương
Nơi nương náu của hoàng gia Nguyễn tộc
Cũng từ đây ta nên hình nên vóc
Được dắt dìu bởi Linh Nhạc sư huynh
Ngỡ trọn đời rời khỏi cuộc nhân sinh
Gởi niềm vui qua lời kinh tiếng kệ
Nhưng đâu hay những đổi dời dâu bể
Một sớm nào cát bụi vướng chân ta...
Xin chắp tay cầu nguyện Phật Di Đà
Soi sáng lòng con, thoát miền u tối…

(Xuất hiện thêm tiểu Tâm An, từ hậu liêu bước ra nhẹ nhàng đứng sau lưng nhà sư Liễu Đạt)

Tiểu Tâm An:

Bạch thầy...
Thầy lại định đi đâu mà rất vội
Khi đất trời chưa kịp buổi bình minh?
Sư Liễu Đạt (*quay lại*):
Tâm An,
Thầy sắp đi - nối tiếp cuộc hành trình
Nơi thầy tới chính là chùa Đại Giác
Ngôi chùa ấy có một thời loạn lạc
Cũng là nơi dừng bước của Hoàng gia
Khi Hoàng đế Gia Long thống nhứt sơn hà
Lệnh cho quanTrấn Biên trùng tu cổ tự
Thầy về đó, để vẹn gìn Phật sự
Chỉ mong sao thoát khỏi kiếp trầm luân
Tiểu Tâm An:
- Bạch thầy,
Xin hãy tạm dừng chân
Vài hôm nữa sẽ về Cù lao Phố.
Tổng trấn Gia Định thành vừa công bố
Hoàng cô Ngọc Anh sắp viếng thăm chùa.
Sư Liễu Đạt (*vỗ nhẹ lên vai Tâm An*):
- Ta rời đi để tránh mặt Hoàng cô
Dẫu biết Kinh thành quan san cách trở
Chướng khí - sơn lam trăm ngàn gian khổ
Cả tháng trời vượt núi cả, đèo cao
Nàng về đây mong ước được gặp nhau
Nhưng ta muốn thoát ra vòng tục lụy
Mấy bận khuyên ngăn, nàng không chuyển ý
Lại dặm ngàn thiên lý để tìm ta.
Suy cho cùng, lầm lỗi một sát-na
Nhưng oan nghiệt sẽ đọa đày muôn kiếp
Cõi hồng trần hữu sinh là hữu diệt
Gắng giữ linh hồn trong suốt dưới tòa sen.
Tiểu Tâm An:
- Bạch thầy,
Giữa trời đêm bay vút một cánh chim
Có tiếng cú trên cành đa sân trước

Con chỉ ngại khi mình thầy cất bước
Đường gian nan khó vượt hết chông gai
Dám xin thầy gắng đợi đến sớm mai…
Sư Liễu Đạt *(nhìn Tâm An trìu mến):*
-Người xuất gia đâu sợ chuyện rủi may
Huống chi ta từng băng rừng vượt thác
Dã thú sài lang, con người hiểm ác,
Cuộc hành trình từ xứ Huế về đây
Ta đã đi - đi suốt tháng năm dài
Lòng nhẹ thênh thênh khi nghĩ về quê mẹ…
(Nhà sư mang tay nải lên vai, nắm tay Tiểu Tâm An dẫn ra phía chánh điện)
- Con hãy kéo hồi chuông công phu sớm
Thầy trò ta cùng nguyện trước Phật đài…
(Có tiếng chuông vang lên từ ngôi cổ tự, âm vang lan tỏa trong khoảng trời đêm)
… Vì sáng mai và mãi mãi sau nầy
Duyên sư đệ đành nói lời vĩnh biệt
Tiểu Tâm An (*thảng thốt, nắm chặt tay nhà Sư Liễu Đạt*)
- Thầy về đâu, hãy cho con được biết
Vừa mới sum vầy sao vội vã chia ly?
Xin phép thầy cho con được cùng đi
Dù núi cả đèo cao, thiên sơn vạn thủy…
Sư Liễu Đạt:
- Hãy để mình ta thoát vòng tục lụy
Nhục thân nầy quyết nhập thất nhiều năm
Con giúp ta từ tạ với Ngọc Anh:
Sư Liễu Đạt đã "mây ngàn hạc nội".
Tiểu Tâm An:
- Bạch thầy,
Ngoài xa kia vẫn còn đầy bóng tối
Tháng mười sang là "ngày ngắn đêm dài"
Xin thầy nghe con,
Đợi đến sáng mai…
Sư Liễu Đạt: (*dứt khoát*)
- **…**sợ không còn kịp nữa

Khi quan lính triều đình rền vang vó ngựa
Chùa Từ Ân bỗng chốc hóa hành cung!
(Sư Liễu Đạt hướng tay về phía trái chánh điện, nói với Tâm An)
- Nầy, Tâm An
Con nhìn thấy gì không?
(*Tâm An* đưa mắt nhìn theo bàn tay của Sư Liễu Đạt)
Tiểu Tâm An:
- Bạch thầy,
Phải chăng thầy muốn nói,
Cánh bạch hạc trên lưng rùa cổ tích
Đứng lặng yên - đã qua mấy ngàn năm?
Sư Liễu Đạt:
- Con hãy nhìn, cánh hạc của phương Nam
Theo ông cha ta thời khai hoang mở cõi
Đền miếu hoang sơ, chùa chiền vạn lối
Không nơi nào thiếu bóng vật linh thiêng
Hạc muôn đời vẫn đứng đó, vẹn nguyên
Nhưng tâm hồn bay về bờ bến Giác
Đất rộng, trời cao, kiếp người luân lạc
Lớp tiền nhân xương máu dựng cơ đồ
Để nước bạc, vườn xanh, cây lành trái ngọt:
“Nhất tướng công thành vạn cốt khô”! *
Có phải chăng, cánh hạc là biểu tượng
Đâu phải ngẫu nhiên, trong ý niệm người xưa?
Danh lợi, chức quyền rồi cũng hóa hư vô
Chỉ loài hạc thong dong - xem đời như giấc mộng.
Ta từ thuở thiếu thời mang ước vọng
Đã nguyện lòng dứt bỏ chuyện nhân gian
Chút bụi trần quyết không thể vương mang
Lấy tiếng kệ lời kinh làm hành trang cuộc sống
Rời bỏ kinh thành, ngựa xe võng lọng
Phơi phới dặm ngàn như cánh hạc về Nam…
Phủi sạch phù hoa, bỏ hết sân, tham…
Sao lại vướng chút tình duyên oan trái?

Tiểu Tâm An:
- Bạch thầy,
Khi cửa Thiền khép lại,
Chuyện trần duyên… xa mãi đến vô cùng
Bận tâm chi lẽ "sắc sắc không không"
Rồi nhân thế hiểu đời là huyễn mộng!
Sư Liễu Đạt: (*trầm ngâm*)
- Con đâu biết, tình yêu là ngọn sóng
Ào ạt thét gào, chẳng để bãi bờ yên!
Thà ta đi xa, không phải lụy phiền
Khi đã trải mấy mươi mùa "an cư kiết hạ"
Cánh hạc phải bay cao trên vùng trời Lộc Dã*
Thiên địa muôn trùng, thoát khỏi vô minh...
(*quay sang, nắm chặt tay tiểuTâm An*)
Thôi giã từ con, thầy nối cuộc hành trình
Con có nghe không,
Thôn xóm quanh chùa, có tiếng gà eo óc gáy
Thầy phải đi - đi trước bình minh…

(Bóng nhà sư rời chánh điện rồi khuất dần sau cổng chùa. Đất trời còn mờ sương sớm. Hình như vẳng lại, tiếng con cú kêu buồn trên cành đa cạnh dòng sông phía trước, với hàng vạn cánh lục bình trôi về vô tận. Tiểu Tâm An nhìn theo, đưa tay áo chậm dòng nước mắt)

MÀN HẠ

MÀN II

Chùa Đại Giác, một sớm mùa đông. Những cơn gió bấc thổi về từ hướng sông Đồng Nai làm cả đất trời thấm lạnh. Sân chùa vắng vẻ lạ thường, chỉ thấy những người lính mặc triều phục, đứng lặng im trước cổng và phía trong sân. Họ là những người lính thuộc năm thập đội của dinh Tổng trấn thành Gia Định, do một Chánh đội trưởng hàm thất phẩm chỉ huy. Họ được phân công hộ tống và bảo vệ công chúa Ngọc Anh - em gái của vua Minh Mạng - từ Gia Định thành đến chùa Đại Giác…

Đi vào phía trong, *trước chánh điện là một bức hoành phi lớn khắc ba chữ* "Đại Giác Tự" *thếp vàng, bên phải có dòng lạc khoản*: “Tiền Triều Hoàng nữ đệ tam công chúa Nguyễn Thị Ngọc Anh».

Phía sau hậu liêu, một người phụ nữ nét mặt thanh tú nhưng đượm vẻ buồn thương, trang phục sang trọng đang chắp tay quì trước gian tịnh thất cạnh hậu liêu chùa. Đó là công chúa Nguyễn thị Ngọc Anh.

Công chúa Ngọc Anh:

- Mấy hôm rồi trở về ngôi cổ tự
Nơi ta một thời lưu lạc chốn nhân gian
Dù xuất thân là “lá ngọc cành vàng”
Thời thơ ấu quen quần bô áo vải
Ta đồng cảm bao cảnh đời ngang trái
Loạn lạc, đao binh - đồng khô cỏ cháy
Miếng ăn nào khi dân chúng lầm than?
Máu thấm ruộng vườn, máu ngập trường giang…
Vì “tranh bá đồ vương”, vì lợi quyền gia tộc
Chính ở đây, các sư thầy bảo bọc
Cho mình ta và cho cả thôn dân
Người xuất gia không nói chuyện nghĩa ân
Nhưng “uống nước nhớ nguồn” vẫn là đạo lý
Hoàng huynh* trùng tu từ năm đầu kế vị (1820)
Bức hoành phi ta gởi tặng cho chùa
Cứ ngỡ cuộc đời một hoàng nữ con vua
Sẽ mãi lặng thầm trong “lầu son gác tía”
Giông tố bất kỳ, bình yên không dễ
Bóng hình ai lay động trái tim ta
Rạng nét tài hoa sau lớp áo cà sa
Chàng nào phải Tăng cang* chùa Thiên Mụ!
Ta mơ ước - ta chỉ là dân nữ
Cũng như chàng: nho sĩ đất Đồng Nai!
Nhưng buồn thay, sắt đá khó lung lay
Bóng tùng quân bão giông nào dịch chuyển?
(*Xuất hiện thêm tỳ nữ đến cạnh Ngọc Anh, lễ phép*)

Tỳ nữ:

Bẩm Hoàng cô, xin lui vào hậu điện
Mấy hôm rồi trời đất chuyển sang đông

Sao Người vẫn quì đây, như sắt như đồng
Khi các sư thầy không ngừng khuyên giải
Khi ngự trù* dọn ra rồi cất lại
Bữa sáng, bữa chiều… luôn vắng mặt Hoàng Cô
Công chúa Ngọc Anh:
(Quay sang, nói rất khẽ với Tỳ nữ)
- Ta muốn thân ta tan vào cõi hư vô
Như bóng khói, hơi sương bay vào tịnh thất
Người rất gần ta mà không hề thấy mặt
Kiếp phù sinh sao vội sớm chia lìa?
Người quyết lòng vượt khỏi bến mê
Ta lại cam tâm lao vào bể khổ…
Tỳ nữ:
- Bẩm Hoàng cô,
Khi nghiệp chướng rời xa, thiền môn giác ngộ,
Thì Tăng cang* đã vứt bỏ trần duyên
Công chúa Ngọc Anh:
(*Nhìn tỳ nữ trìu mến*)
- Khen cho con, hiểu được cái uyên nguyên*
Của Phật giáo từ ngàn xưa đã dạy
Ta vốn biết nhưng làm sao cưỡng lại
Bởi con người còn có một trái tim!
Tỳ nữ:
- Bẩm Hoàng cô,
Ngày qua ngày lại nối sang đêm
Người sẽ cùng con trở về cung cấm
Xin giữ sức- bởi nước non ngàn dặm,
Đường lai kinh đâu biết được rủi may
Mong ước gì xin nói hết hôm nay
Con tin đại sư cảm thông nỗi niềm công chúa…
Công chúa Ngọc Anh:
- Sư vẫn lặng im - nhưng từ trong tiếng gió
Ta như nghe văng vẳng một thời kinh
Có phải người muốn cứu độ chúng sinh
Bản thân ta trầm luân trong huyễn mộng?
(*Quay sang tỳ nữ*)

- Vậy con hãy cùng ta, nguyện cầu ước vọng:
Trước lúc xa người - Xin được nắm bàn tay…

(Công chúa Ngọc Anh và tỳ nữ kính cẩn quì xuống bên ngoài tịnh thất... Không gian vẫn chìm trong yên tĩnh. Ánh sáng ban mai từ hậu liêu len vào soi rõ một góc tịnh thất. Phía trên hai người là một ô cửa rất nhỏ, chỉ đủ để các tiểu cung cấp cơm nước cho người đang nhập thất. Có tiếng chim hót trên hàng cây trước sân chùa để báo tin một ngày nắng đẹp.

Từ trong khung cửa nhỏ bé đó, dường như sư Liễu Đạt đã lắng nghe và cảm thông tâm sự của một "hồng nhan tri kỷ" mà đạo đời chia hai ngả. Một bàn tay nhà sư từ từ đưa ra ngoài ô cửa)

Công chúa Ngọc Anh:

(Ngước nhìn lên, mừng rỡ nắm chặt bàn tay Sư Liễu Đạt. Hai dòng nước mắt của nàng chảy dài trên má. Rồi như không thể nào ngăn nổi cảm xúc trào dâng, công chúa áp chặt bàn tay vào mặt mình. Cả một suối lệ tuôn ướt đẫm bàn tay người trong tịnh thất)

- Ôi, Người đã hiểu lòng ta
Không uổng công ta băng rừng vượt suối
Đất lạ trời xa chông gai cản lối
Để ngắm phù sa trong mạch nước Đồng Nai
Đồng ruộng phương Nam thẳng cánh cò bay
Cuộc sống thương hồ - câu hò điệu hát
Chinh chiến vời xa - quê hương thái lạc,
Chỉ mình ta - không thắng được tim mình!
Nguyện ơn trên - Bồ Tát hiển linh
Dắt dìu con khỏi trần duyên oan trái…

(Bàn tay nhà sư rời khỏi tay công chúa Ngọc Anh, khuất dần sau ô cửa. Công chúa ngả xuống bên ngoài hậu liêu nức nở rồi ngất lịm trên tay tỳ nữ)

MÀN HẠ

PHẦN VĨ THANH

Canh ba đêm ấy, trong lúc cả chùa đang say giấc, ngọn lửa từ tịnh thất nơi nhà sư thiền định bùng cháy dữ dội. Khi mọi người đến nơi chỉ còn lại đống tro tàn. Bới từ đống tro ấy, nhục thân của nhà sư đã bị cháy đen. Trên vách tịnh thất, còn lưu lại bài kệ của thiền sư Liễu Đạt như những lời thức tỉnh Ngọc Anh.

(*Tiếng vọng hậu trường - Giọng ngâm của nhà sư Liễu Đạt*)

Thiệt đức rèn kinh vẹn kiếp trần
Thành không vẩn đục vẫn trong ngần
Liễu tri mộng huyễn chơn như huyễn
Đạt đạo mình vui đạo mấy lần

Nhưng ngọn lửa đã không đốt cháy được tình yêu của công chúa Ngọc Anh. Công chúa không trở lại kinh đô, mà dùng liều độc dược quyên sinh, chết theo nhà sư tại hậu liêu chùa Đại giác ngày mùng 2 tháng 11 năm Quí Mùi (1823).

Chuyện tình đơn phương của công chúa ***Nguyễn thị NgọcAnh*** và nhà sư vùng đất phương Nam ***Liễu Đạt Thiệt Thành*** *sẽ mãi là một giấc mơ buồn nhân thế từ ngàn xưa cho đến ngàn sau...*

LÊ TRÚC KHANH
Cần Thơ, tháng 7 năm 2024

CHÚ THÍCH

*Trong bài Kỷ Hợi tuế của Tào Tùng (sáng tác năm 880 - năm đầu Quảng Minh - Hy Tông- TQ)

* Lộc Dã: tên gọi xưa của đất Đồng Nai.

* Hoàng huynh: Anh của công chúa Ngọc Anh (Vua Minh Mạng)

* Tăng cang: Chức vị do triều đình sắc phong: Người trụ trì một hoặc nhiều ngôi chùa.

* Ngự trù: Đầu bếp của triều đình.

* Uyên nguyên: Nguồn nước sâu/ Cội rễ sâu xa.

* Chùa Từ Ân: Còn có tên là **Sắc Tứ Từ Ân Tự** được xây dựng vào thế kỷ 18 ở khu vực Chợ Đũi, mà vị trí nằm trong Công viên Tao Đàn, thuộc Quận 1, Thành phố Hồ Chí Minh ngày nay. Khi quân Pháp đánh chiếm Gia Định, chùa Từ Ân thì bị đốt cháy. Về sau (1870), một ngôi chùa Từ Ân mới lại được dựng lên ở Phú Lâm (thuộc Quận 6, Thành phố Hồ Chí Minh ngày nay) để tiếp nối dòng đạo, đồng thời gìn giữ những hiện vật còn sót lại của ngôi chùa cũ

* **Chùa Đại Giác:** Chùa Đại Giác thuộc địa phận ấp Nhị Hòa, xã Hiệp Hòa, TP. Biên Hòa được xây dựng vào năm 1665. Ngôi chùa miền Nam này có lối kiến trúc cổ kính, rêu phong với 3 dãy nhà ngang nối liền và các tượng Phật, hoành phi, phù điêu, liễn đối... được chạm khắc tinh xảo, sơn son thếp vàng.

HUỲNH LIỄU NGẠN
MÙA XUÂN VÀ
VĂN HỌC MỚI

mùa xuân thật ra
cũng có nhiều điều đáng nhớ
nhất là lúc trời đang mưa
đứng trong nhà
nhìn từng chiếc xe chạy qua
thấy bầu trời bỗng chia ra
nhiều góc tối

người làm thơ như tôi
rất vinh dự mà nói
mùa xuân thật ra
cũng có nhiều điều đáng nhớ

lại gặp một giấc mơ
tôi đang làm thơ trên điện thoại
hai cánh tay như bị chuột rúc
liền vùng dậy
thở phào
cầm tấm áo che lại bóng mình

ngoài cửa kính
sực nhớ ngày mai
phải đi bỏ thư
để gia hạn thêm một năm báo

mùa xuân thật ra
cũng có nhiều điều đáng nhớ
nhất là rất vui khi
gia hạn thêm một năm báo
anh hà nguyên du thật dễ chịu

không phiền hà khi tôi gia hạn trễ
mùa xuân nhiều
khi cũng phải xin lỗi anh
nếu không có anh
thì chắc không có bài thơ này
mùa xuân thật ra
cũng có nhiều điều đáng nhớ

đáng nhớ nhất là lời cảm ơn
văn học mới.

HUỲNH LIỄU NGẠN
19.11.2024

SA CHI LỆ
TUYẾT XUÂN KHIÊU VŨ

Năm mươi năm Tết rơi ngoài ngõ
Lẫm nhẫm đời có cũng như không
Tình thiêng liêng ấm nồng khăn gói kín
Chí tang bồng rát mặt với nong sông

Ta còn không hay đã chết thật rồi?
Bụi phong trần nhạt nhếch bỗng hơn vôi
Tuyết vẫn rơi đẫm hồn sầu vong khách
Chiều chân xiêu lạc phố nhớ mồ côi

Buồn cứ rớt đong thành ngàn nhánh khổ
Nhưng sao bằng người không có mùa xuân
Bên ni cười cứ tưởng bên nớ khóc
Khóc như cười ngớ ngẫn thật phân vân

Đêm vẫn thức khi bao người mê ngủ
Mười ngón tay bấu víu lớp sương mù
Cơn ác mộng vây quanh đời ma mị
Bước lưu dung nuốt lệ miệng cười tươi

Hành trang rách nát mơ về cố quận
Kỷ niệm xưa nhai đong đếm vơi đầy
Tiếng thở dài khơi một thời quá khứ
Gánh gian truân nghiệt ngã hóa lưu đày

Đùa với bóng nhói đau chen khóe mắt
Dường như mình vừa tỉnh giấc Nam Kha!
Buồn bỗng lên cơn nát hồn phế tích
Tuyết đi hoang khiêu vũ gót không nhà!...

SA CHI LỆ
{mùa xuân tuyết phủ) 30-12-2024

SA CHI LỆ

TẾT TORONTO NHỚ SAIGON

Nón lệch chiều nghiêng tuyết nở hoa
 Bên thềm nhướng mắt níu thơ ca
Bằng hữu khuất dần như khói thuốc
Tháng cuối năm tàn nhịp hư hao
Đàn én lượn rủ mùa xuân đi mất
sương bạc đầu đun lửa đốt hương xưa
thuyền quên chở nhớ về trang điểm
thả hồn hoang lạc phố ngõ quê nhà
Cắm mai thắp nén nhang khấn vái
Nhìn bàn thờ tiên tổ mắt đỏ hoe
Miệng lẩm bẩm thở dài nhìn ra cửa

Mẹ rưng rưng sao nó vẫn chưa về?!
 con bất hiếu nửa đời gãy cánh
tiếc trăm năm lỡ mất hẹn thề
Mẹ tựa cửa chờ con hồi cố xứ
Tay run run gậy trúc mắt nhạt nhòa
Trong góc tối căn nhà quê rách nát
Mẹ sờ hình kỷ niệm lúc con đi
Từng hơi thở mẹ nguyện cầu hy vọng
Chỉ gặp con mừng tủi ở trong mơ
ấn tíchsâu nấu chín thời son trẻ
còn lại gì dưới nấm mộ hơn thua

nhìn lại mình cuối đời thua chiếc bóng
Buồn lên men mâm cỗ cúng giao thừa
Gỡ tờ lịch tuyết bay vời cô độc
Mấy mươi năm chưa học hết chữ Tâm
sao chữ hiếu nhai hoài vẫn chưa thuộc
vò thơi gian nhăn nhíu vết lăng trầm
Tết ở đây phố quen người xa lạ
Nhớ mẹ hiền gom củi nấu bánh chưng
Bao nhiêu năm trời Tây thèm mùi Tết
Làm gã hề lơ láo mãi không quen
Ôi!Tết toronto sao nhớ quá Saigon!

SA CHI LỆ Tết Toronto 2025

TRẦN VIỆT HẢI
MÙA XUÂN TẢN MẠN VĂN XUÔI VÀ THI CA.

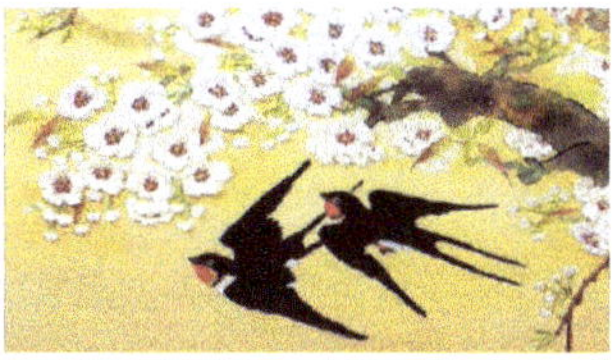

Theo quan điểm của cơ sở đại học Oxford, Anh Quốc, cho biết có sự khác biệt và liên hệ giữa văn và thơ. Vậy:

Sự khác biệt giữa thơ và văn xuôi là gì?

Thơ hay thi ca và văn xuôi đều là những hình thức thể hiện bằng văn bản, nhưng chúng khác nhau về cấu trúc, phong cách và mục đích. Về cơ bản, văn xuôi là văn bản viết theo hình thức hữu cơ, dựa trên ngôn ngữ nói. Đây là một hình thức được tìm thấy trong tiểu thuyết, báo và tiểu luận. Ngược lại, thơ sử dụng nhạc tính và nhịp điệu để truyền tải một âm thanh, cảm giác hoặc ý nghĩa cụ thể.

Thơ và văn xuôi thể hiện nghệ thuật theo những cách khác nhau.

Văn xuôi diễn đạt ý tưởng một cách trực tiếp, được sắp xếp thành các câu và đoạn văn, trong khi thơ được tạo thành từ các dòng và được nhóm thành khổ thơ.

Ngôn ngữ sử dụng trong văn xuôi là tự nhiên và đúng ngữ pháp, trong khi ngôn ngữ thơ thường mang tính tượng trưng.

Khi đọc một bài thơ thì cần phải đọc nhiều lần và dành thời gian để suy ngẫm về ý nghĩa cơ bản của nó, trong khi một bài văn xuôi lại rất rõ ràng, dễ hiểu ngay từ lần đầu tiên.

Trong bài viết này tôi xin đề cập đến 5 văn nghệ sĩ liên quan đến các nhà văn kiêm nhà thơ như Kiều My, Khánh Lan, Han Kang (Hàn Giang, người Nam Hàn đoạt Giải thưởng Nobel văn chương 2024), hay chỉ là nhà thơ như Ocean Vương và nhà văn Quỳnh Dao (瓊瑤, người Đài Loan).

TIỂU SỬ VÀ SỰ NGHIỆP VĂN CHƯƠNG CỦA VĂN THI SĨ OCEAN VƯƠNG

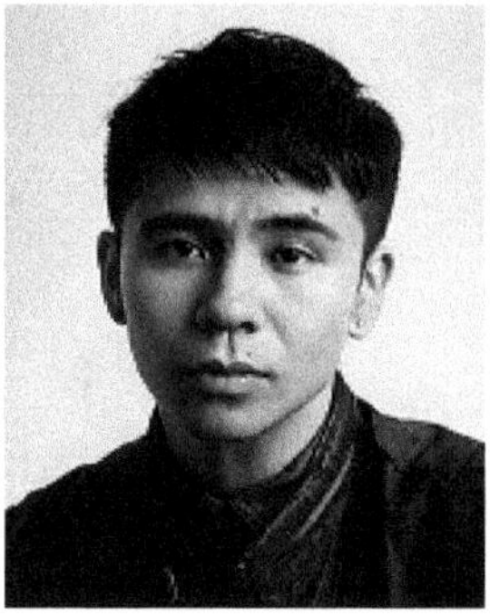

Ocean ương (tên tiếng Việt: Vương Quốc Vinh), sinh ngày 14 tháng 10 năm 1988. Anh là một nhà thơ, nhà tiểu luận và tiểu thuyết gia người Mỹ gốc Việt. Năm 2014, anh nhận được học bổng Ruth Lilly / Sargent Rosenberg từ Poetry Foundation, Giải thưởng Whites 2016 và Giải thưởng Eliot TS 2017 cho thơ của anh. Cuốn tiểu thuyết đầu tay của anh, *Một thoáng ta rực rỡ ở nhân gian,* được xuất bản vào năm 2019. Năm 2019, anh nhận giải MacArthur Fellowship, còn được gọi là «*giải thiên tài*".

Ocean Vương sinh ra tại thành phố Hồ Chí Minh, Việt Nam trong một gia đình nông dân trồng lúa. Năm 1990, anh di cư đến Hartford, Connecticut, Hoa Kỳ với sáu người thân sau khi sống một năm trong trại tị nạn ở Philippines. Ocean Vương nghi rằng gia đình anh có gen di truyền chứng khó đọc và là người đầu tiên trong gia đình học đọc, khi anh mười một tuổi.

Mẹ anh, một người thợ làm móng tay, đã đặt cho anh cái tên Ocean thay vì Beach. Cái tên Ocean ra đời khi mẹ anh trò chuyện với một khách hàng của bà và họ đề nghị bà sử dụng từ "*đại dương*" để thay thế cho từ "*bãi biển*". Sau khi biết định nghĩa của từ Ocean, một vùng nước kết nối giữa Hoa Kỳ và Việt Nam, bà đã đổi tên anh thành Ocean.

Ocean Vương đậu bằng cử nhân Văn học Anh thế kỷ XIX tại Đại học Brooklyn, thuộc Hệ thống Đại học Thành phố New York, nơi anh học với nhà thơ và tiểu thuyết gia Ben Lerner và anh đã nhận được MFA của mình về Thơ từ Đại học New

York. Những bài thơ và bài tiểu luận của anh đã được xuất bản trên nhiều tạp chí khác nhau, bao gồm Poetry, The Nation, Tri-Quarterly, Guernica, The Rumpus, Boston Review, Narrative Magazine, New Republic, The New Yorker, và The New York Times.

Cuốn sách đầu tiên của anh, Burnings (Sibling Rivalry Press) nằm trong danh sách "*Over The Rainbow*" năm 2011, là một trong danh sách những cuốn sách LGBT đáng chú ý của Hiệp hội Thư viện Hoa Kỳ. Cuốn sách thứ hai của anh, *No* (YesYes Books) được phát hành năm 2013. Bộ sưu tập đầu tay của anh, *Night Sky With Exit Wounds*, được phát hành bởi Copper Canyon Press vào năm 2016; và từ tháng 4 năm đó, nhà xuất bản đã tiến hành in lần thứ hai. Cuốn tiểu thuyết đầu tiên của anh, *On Earth We're Briefly Gorgeous* được xuất bản bởi Penguin Press vào ngày 4 tháng 6 năm 2019.

Hiện tại, Ocean Vương sống ở Northampton, Hampshire, Massachusetts, Hoa Kỳ và là giáo sư trong Chương trình MFA dành cho Nhà văn tại Đại học Massachusetts tại Amherst. Anh là một thành viên hiệp hội Kundiman.

Khi để cập đến giải thưởng và học bổng, phải công nhận rằng Ocean Vương là một nhà văn tị nạn trẻ đoạt được nhiều giải thưởng.

Học bổng Ruth Lilly / Sargent Rosenberg, 2014
Giải thưởng Pushcart, 2014
Quỹ học bổng Elizabeth George Foundation, 2013
Giải thưởng Chad Walsh, Tạp chí Thơ Beloit, 2013
Giải thưởng Stanley Kunitz dành cho các nhà thơ trẻ, 2012
Học viện của Đại học Nhà thơ Hoa Kỳ và Giải thưởng Thơ Đại học, 2010
Giải thưởng The Narrative, 2015
Giải thưởng Whites cho Thơ, 2016
Giải thưởng chuyển tiếp dành cho Thơ Thơ Giải thưởng Dennis cho bộ sưu tập đầu tiên hay nhất 2017
Giải thưởng Eliot TS, 2017
Thành viên Kundiman
MacArthur Fellowship (2019)

Ocean Vuong vừa được trao giải T. S. Eliot, giải thưởng danh giá bậc nhất ở Vương quốc Anh, cho tập *Night Sky With Exit Wounds* (Trời đêm với những vết thương xuyên). Giải T. S. Eliot, trao cho tập thơ mới xuất sắc nhất lần đầu tiên được xuất bản ở Vương quốc Anh hoặc Cộng hòa Ireland, được Poetry Book Society (PBS) thành lập năm 1993 và hiện được điều hành bởi Quỹ T. S. Eliot. Giải năm nay đi kèm với số tiền 25.000 bảng Anh, tương đương gần USD 32,000.

Trước khi thông báo Ocean Vuong là người đoạt giải T. S. Eliot năm nay tại buổi lễ ở Bảo tàng Wallace Collection, London ngày 15 tháng 01, chủ tịch hội đồng giám khảo, nhà thơ Bill Herbert, gọi *Night Sky With Exit Wounds* là "*tập thơ đầu tự tin một cách cuốn hút, sự xuất hiện dứt khoát của một tiếng nói quan trọng*". *Night Sky With Exit Wounds* của Ocean Vương là tập thơ đầu tay được trông đợi và đang được ca ngợi, mở đầu thật nhẹ nhàng.

Trong bài thơ đầu tiên ("*Threshold*") người nói nhìn "*qua lỗ khóa/không phải người đàn ông đang tắm, mà là cơn mưa/rơi qua anh [.]*" Đó là một khoảnh khắc bí mật, cũng có thể là cấm kỵ, vì người nói "*nén hơi thở nín chặt*" đằng sau cánh cửa, quan sát và chờ đợi. Thế nhưng trong giây phút bí mật ấy, anh vẫn thuyết phục được người đọc nán lại cùng anh để thấy dòng nước như "*những sợi dây đàn ghi-ta vút lên/trên bờ vai rộng của anh.*" Chỉ đến khi giở sang trang chúng ta mới biết rằng, cái giá của việc quan sát đó "*là mất đi/lối về*" cùng "*đôi mắt/mở to.*" Bài thơ kết thúc gần như đột ngột, những cặp câu nhường chỗ cho khổ thơ cuối chỉ có một dòng.

Trong khi đó, nhà phê bình văn chương Michiko Kakutani của tờ báo New York Times nhận xét thơ của Vuong mang âm vọng chính xác đến căng thẳng, kết hợp sự thấu hiểu âm thanh và nhịp điệu của từ ngữ, nhờ đó tạo ra những hình ảnh bất ngờ và khiến sự im lặng trong thơ anh cũng có khả năng biểu đạt như từ ngữ. Và dưới những bài thơ ấy là một dòng sóng ngầm mang cảm xúc mạnh mẽ bắt nguồn từ sự chân thành và thẳng thắn của Ocean Vuong, và từ khả năng nắm bắt được những khoảnh khắc cụ thể bằng cả sự rõ ràng về hình ảnh lẫn cảm giác về sự mong manh của mọi thứ trên trần thế.

"Ông ngoại của Vuong là một thủy thủ người Mỹ yêu và cưới một thôn nữ Việt Nam. Ông bà sinh được ba cô con gái. Nhưng rồi Sài Gòn thất thủ ngay lúc ông ngoại Vuong đang thăm gia đình ở Mỹ không thể quay về Việt Nam với vợ và con. Thế là tan nhà nát cửa. Là đứa con hai dòng máu, trẻ xã hội ngó lơ, bụi đời, dust of life. Mẹ và dì của Vuong cũng như nhiều người khác, là những đứa trẻ hai dòng máu Việt-Mỹ. Họ lớn lên như phế phẩm sau một cuộc chiến tranh thế giới mà không màng đến hay lên án; họ là người Mỹ và cũng là người Việt Nam nhưng ngay sau khi cuộc chiến chấm dứt, cả hai quốc gia dường như không màng đến họ. Hầu hết, họ chưa bao giờ biết cha là ai. Nhiều đứa trẻ đã bị mẹ bỏ rơi trước cổng trại trẻ mồ côi. Mẹ của Vuong là một người như thế. Bà ngoại sợ mang "*tội*" hợp tác với đế quốc nên đem ba con gái đến ba viện nuôi trẻ mồ côi. Dù vậy, con bà vẫn còn may mắn hơn một số trẻ khác đã bị bỏ vào thùng rác.

Xem link:

https://petruskyaus.net/ocean-vuong-tho-va-con-nguoi-tran-giao-thuy/?fbclid=IwY2xjawHQFzxleHRuA2FlbQIxMAABHb4gsRTpD1j-k2azuTcSJTsIYLpOFYTBSkfgr05Hy8WPyT_RpCeCdIl4Sg_aem_giMb0l5h1DGPZmqCRP-AUA

Dù anh viết về chiến tranh, gia đình, hay tình dục thì vẫn luôn tồn tại một dự cảm về mất mát - được định hình bởi bạo lực, bởi sự hiểu lầm"- Kakutani viết. Night Sky With Exit Wounds bắt đầu bằng một ngưỡng cửa bước vào tập thơ như bước vào trong cơ thể: "Trong cơ thể, nơi mọi thứ đều có giá/tôi là kẻ ăn mày"

Năm 2016, tờ Foreign Policy chọn anh vào danh sách 100 nhà tư tưởng toàn cầu vì đã "*viết lại những ranh giới của chủ nghĩa dân tộc*". Khi xếp đặt thơ thành tập Night Sky With Exit Wounds gởi đi dự thi, tác giả đã tin chắc rằng ông sẽ chỉ nhận được lời cảm ơn và khích lệ, nhưng lại nghĩ, "*Ôi trời, một lời từ chối. Có lẽ nó sẽ cho tôi một số mẹo và thúc đẩy tôi đi tìm ý thơ hay hơn.*"Nhưng không, Ocean Vương được Copper Canyon Press ở Seattle đề nghị xuất bản tập thơ của ông, năm 2016. Trong "*Night Sky With Exit Wounds*," nhà thơ bày tỏ lòng kính trọng đến nền văn học truyền khẩu của Việt Nam và mối liên hệ cá nhân của ông với Chiến tranh Việt Nam. Nhà thơ người Mỹ gốc Việt này suy ngẫm về mối quan hệ cá nhân của mình với chiến tranh. Theo PBS NewsHour, May 3, 2016:

Đôi khi, người ta nói, ông có cảm tưởng thế nào khi trở thành nhà thơ đầu tiên? Và tôi nói, tôi không phải là nhà thơ đầu tiên. Tôi xuất thân từ nguồn gốc có rất nhiều nhà thơ. Nhưng tên họ không được ghi lại trong văn học. Thật thú vị khi các bài thơ được chuyển từ nền văn hóa này sang nền văn hóa khác. Ở Việt Nam, phụ thuộc nhiều vào con người. Người ta cần có một cơ thể – theo một cách nào đó, cơ thể là một cuốn sách, người ta cần cơ thể để nhớ bài thơ, ngâm những bài thơ và truyền đi cho thế hệ tiếp theo. Nhìn lại, các bài thơ trong *Night Sky With Exit Wounds* thể hiện một con người trước đây của Ocean Vương trên hành trình văn chương của mình. "*Tôi đã đạo cuộc đời mình để trao cho bạn cái tốt nhất của tôi - anh viết - Làm nhà văn về cơ bản là thể hiện và đối đầu với sự thất bại, vì không gì hoàn thiện trong lần đầu tiên, kể cả lần thứ hai hay thứ ba hay thứ bảy*".

Xem link: ***https://phamtinanninh.com/?p=8531***

Ocean Vương, một nhân tài gốc Việt, sống ở Mỹ, một thi sĩ mà người bản xứ không tiếc lời ca tụng, cho giải thưởng về thơ (genius prize) trị giá 625000 USD. Thơ của Ocean Vương, *Night sky with exit wound* (trời đêm với những vết thương xuyên thấu) và quyển tiểu *thuyết Trên trái đất chúng ta một thoáng huy hoàng* (On the earth, we're gorgeous) được dịch ra 30 thứ tiiếng kể cả tiếng Việt ở VN, quyển tiểu thuyết được báo New York Times cho là biến cố văn chương của năm 2019, và nằm trong danh sách best sellers trong 6 tuần liên tiếp.

Sơ lược qua thi tập Night sky with exit wound (Trời đêm với những vết thương xuyên thấu). Thi tập để tặng mẹ [và ba tôi] sách đã được dịch sang tiếng việt ở Việt Nam gồm 35 bài thơ, tựa của một số bài thơ là Tellemachus (Tên người con của Ulysse & Penelope trong tập thơ Odysse của Homere) Trojan, Eurydice, Odysseus redux, v.v…Trong thơ, Ocean Vương dùng nhiều ẩn dụ khó hiểu ý của anh, nhưng khi hiểu được thì ý nghĩa thâm trầm sâu sắc, vần điệu theo kiểu thơ tự do, rất du dương, rất thơ

Mộng mà ta có thể thấy trong:

It's hind legs croshed into the shine of white christmas

In the square below,a nun on fire, runs silently toward her god

Beneath sound of his own

Theo tupelo quarterly thì thơ của Ocean Vương phảng phất vẻ buồn, đẹp, khêu gợi một cách dữ tợn, đụng chạm đến chính trị vá biểu lộ nỗi ám ảnh của người đồng tính luyến ái.

TIỂU SỬ VÀ SỰ NGHIỆP VĂN CHƯƠNG
CỦA VĂN THI SĨ LƯU KHÁNH LAN

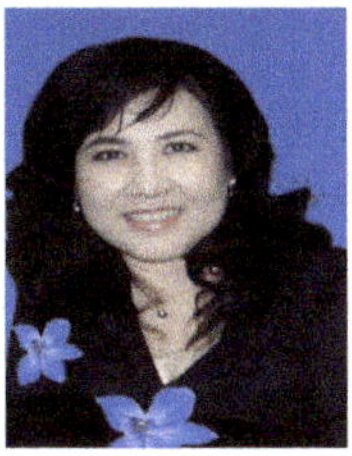

Khánh Lan cư ngụ tại Orange Couty, Nam California.

Cao học Cố Vấn Tâm lý xã hội (Marriage and Family Therapist), California State University, Fullerton, CA, 2002.

Trong danh sách 100 tác giả văn hóa Việt Nam trong tác phẩm "Những Khuôn Mặt Văn Hóa Việt Nam Hải Ngoại" của Câu Lạc Bộ Văn Hóa Paris.

Trưởng Nhóm Văn Học của Liên Nhóm Nhân văn Nghệ Thuật & Tiếng Thời Gian.

Cộng tác trong ban biên tạp các tổ chức văn học, Tác phẩm phổ biến trên báo chí, internet, facebook và một số website của Hoa Kỳ & Pháp.

Trong ban giám khảo chấm bài cho các thí sinh tham dự vào cuộc thi viết văn về "Ứng Dụng Phật Pháp Trong Đời Sống" do Huong Sen Buddhist Temple tổ chức năm 2022.

TÁC PHẨM VĂN HỌC ĐÃ XUẤT BẢN:

Đôi nét về 10 tác giả Âu Mỹ cận đại (Biên khảo-2020)

Tiểu thuyết tình cảm xã hội: Dĩ vãng khôn nguôi (Truyện dài-2020)

Tuyển tập truyện ngắn: Tình yêu, Cuộc đời và Định Mệnh (2020)

Tuyển tập truyện trinh thám; Thám tử Lê Minh (2020)

Phân Tâm Học Trong Đời Sống (Biên khảo-2022)

Tam Giáo Đồng Nguyên (Khổng, Lão và Phật Giáo)

(Nghiên cứu) (2022)
Những Bài Thơ Tiêu Biểu Trong Thi Ca Việt Nam (2024- Viết cùng với một số nhà thơ)
Hồi ký: Sinh Lầm Thế Kỷ (2024)
Born In The Wrong Century (2024)
Thi tập Bóng Thời Gian (2024)

Xin trích đăng một số tác phẩm với nội dung vắn tắt của tác giả Khánh Lan.**Tam Giáo Đồng Nguyên:** Tam giáo đồng nguyên là một công trình nghiên cứu về sự liên kết cũng như những điểm tương đồng giữa ba nguồn tư tưởng gồm nho giáo, đạo giáo và Phật giáo. Đồng thời tìm hiểu về nguồn gốc sự du nhập, sự thành hình và ảnh hưởng của tam giáo vào nền văn hóa Đông Phương.

Phân Tâm Học Và Đời Sống: bao gồm những nghiên cứu và phân tích về những ước mơ tiềm tàng trong vùng vô thức cũng như những hành vi xuất hiện trong vùng ý thức. Đồng thời nghiên cứu về sự ứng dụng của ngành phân tích tâm lý trong lĩnh vực y khoa, tư pháp, văn chương, điện ảnh và đời sống tâm linh.

Sinh Lầm Thế Kỷ: là một hồi ký chân thực về cuộc sống ở Việt Nam sau năm 1975. Tác phẩm kể về một người Việt Nam xa xứ, hồi tưởng lại những ký ức đau thương về chiến tranh và nỗi khổ đau của những người ở lại cũng như những nạn nhân phải rời bỏ quê hương để tìm tự do. Đây cũng là một tác phẩm văn học phản ảnh các sự kiện lịch sử và bi kịch của dân tộc và đất nước Việt Nam. Tác giả bày tỏ nỗi tiếc thương cho dân tộc cùng với những ước mơ về hòa bình và tự do đã bị thay thế bởi ngục tù và áp bức.

Thi Tập Bóng Thời Gian: là một tập thơ gồm những bài thơ tôn vinh về nét đẹp thi ca lãng mạn thể hiện thi tính trong văn chương và nghệ thuật qua những áng thơ trong sáng, nhẹ nhàng đầy cảm xúc với nội dung chan chứa yêu thương dành cho gia đình, bạn hữu và quê hương.

TÌNH THƠ CỦA THI NHÂN KHÁNH LAN

Đọc thơ của Khánh Lan tôi tin chắc rằng cô đã nghiên cứu và am hiểu nhiều áng thơ trong làng thi ca Việt Nam. Bởi trong làng thi ca, một nhà thơ nữ bí ẩn đã sáng tác những bài thơ bất hủ, tôi muốn nói đến nữ thi sĩ TTKh với bài thơ *Hai sắc hoa ti gôn*. Nên khi đọc bài thơ Bến Lòng hay Tương Tư của Khánh Lan, tôi thấy trong ấy phảng phất áng thơ của TTKh trong bài thơ *Đan Áo Cho Chồng*.

Tương Tư

Trời hỡi sao tôi cứ mộng hoài
Cứ thương cứ nhớ bóng hình ai
Cho tôi sống lại ngày xưa ấy
Một phút bên người tôi đấu yêu…

Bến Lòng

Chị ơi định mệnh đẩy đưa
Cho em gặp lại người xưa trở về
Em từ lỡ bước sang ngang
Tơ hồng cay nghiệt lỡ làng duyên em…

Không kém phần lãng mạn như thơ của Nguyễn Bính, bài t hơ Buổi Chiều Xưa đã minh chứng cho điều ấy trong thơ của Khánh Lan.

Buổi Chiều Xưa

Buổi chiều xưa, một buổi chiều nhung nhớ
Chàng cùng ta bỡ ngỡ bước bên nhau
Với hương sen, trắng, đỏ, đủ sắc màu
Trăng tỏa sáng, đầm sen lung linh bóng
Chàng là gió, ta là trăng sánh bước
Hai tâm hồn, cùng lứa tuổi đôi mươi
Nguyện thủy chung, xây giấc mộng tương lai
Tình say đắm, một mối tình sâu đậm….

Bài thơ *Tháng Ngày Qua* của Khánh Lan, qua ý thơ trong bài này khiến tôi chạnh nhớ đến những mẩu truyện ngắn trong *Những Ngày Tháng Cũ* của thi sĩ nhà văn Hồ Dzếnh.

Tháng Ngày Qua…

Nhà của nàng bên kia dòng sông nhỏ
Qua cánh đồng ngập cỏ nước tràn đê
Và gần lắm nhà thờ ba chuông đổ
Tiếng chuông ngân thức tỉnh trái tim khô….

Và khi xa quê hương trong trong vội vã, bỏ lại sau lưng nhiều kỷ niệm, thơ của Khánh Lan đậm nét u sầu, thương nhớ quê hương, Mẹ Cha và bạn bè. Cái viễn ảnh mất mát tình yêu thương của những người thân yêu đã tìm thấy rõ rệt qua văn chương cũng như thi ca của cô. Ngay trong thi tập *Bóng Thời Gian*, Khánh Lan đã mở đầu bằng những bài thơ viết cho gia đình rất buồn, cảm động, và có khá nhiều bài thơ viết về quê hương với nhiều nuối tiếc nhớ nhung. Tôi xin trích dẫn một vài đoạn trong mỗi bài thơ của văn thi sĩ Khánh Lan dưới đây.

Việt Nam Mến Yêu
Xa đất Việt Nam buổi thiếu thời
Hậu Giang vằng vặc bóng trăng soi
Người xa quê cũ trong chinh chiến
Máu nhuộn chiến trường, nước mắt rơi…

Thăm Quê Cũ
Đã *có đôi lần tôi* ước mơ
Về thăm quê cũ trong nhung nhớ
Nhớ lũy tre xanh dòng sông nhỏ
Nhớ mái chèo khua nước vỗ bờ…

Qua bài Hoang Vắng hay Hồn Trinh Nữ tôi đã thấy phảng phất đâu đây hình bóng và ý thơ tựa như của Đinh Hùng.

Hồn Trinh Nữ
Đêm tăm tối hỡi đêm dài vô tậm
Giết hồn ta trong nhung nhớ khôn nguôi
Hồn trinh nử! ngươi trốn ở nơi nào?
Bỏ ta lại trong cô đơn lạnh lẽo…

Hoang Vắng
Bóng ai lặng lẽ trong đêm tối
Chẳng thở than chi chẳng nói năng
Không gian tĩnh mịch trong hoang vắng
Phù du, vĩnh cửu, cõi hư vô
Đên nay trăng ẩ trăn mờ ảo…

Qua những dòng thơ yêu thương của thi ca Pháp; hãy xem bài thơ phổ nhạc mùa thu của nhà thơ Khánh Lan được NS Minh Trí phổ nhạc. Những bài tình thơ sau đây mang nét Pháp quốc hay Âu châu, khi ta thấy nét thi ca của Khánh Lan chan chứa thi vị của những Jacques Prévert, sông Seine, vườn Luxembourg,

Fréderic Chopin, những yếu tố cổ kính Tây Âu mà ta thấy trong những bài thơ sau đây:

Nhớ Mùa Thu Cũ

Thu đến đây rồi chiếc lá rơi
Công viên Lục Xâm vắng hoang mầu
Dĩ vãng gọi hồn mùa thu trước
Dương cầm vang vọng tiếng thu sầu…

Thu Về Trong Nỗi Nhớ

Có phải thu về trong nỗi nhớ?
Pa-ris lấp lánh sáng khung trời
Cung điện Versailles chiều thu năm ấy
Em còn nhớ hay em đã quên?

TIỂU SỬ & SỰ NGHIỆP VĂN CHƯƠNG CỦA VĂN THI SĨ LÊ KIỀU MY

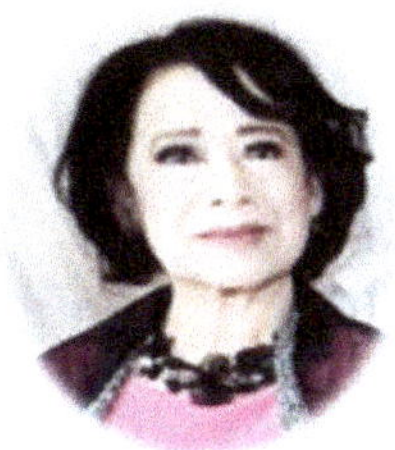

Tên họ: Jacqueline Lê Kiều My, tuổi Dương Cưu, sinh quán tại Saigon, Việt Nam. Cựu nữ sinh trường St. Paul Sài Gòn và Trung học Nguyễn Bá Tòng Saigon. Rời Việt Nam năm 1982 và định cư tại Hoa Kỳ năm 1983.

Trú quán: Hiện cư ngụ tại Corona, miền Nam California.

Cựu sinh viên các trường Montgomery College of Maryland theo ngành Medical Record Technology và Santa Ana College ngành English Literature.

Sở thích về tôn giáo: thích sinh hoạt trong giáo xứ, là thành viên của ca đoàn St. Mary Magdalene, Corona.

Thích sáng tác thơ văn, ca hát, khiêu vũ và du lịch

Những tác phẩm đã sáng tác:

Truyện dài *Đóa Hoa Nở Muộn* (2021)

Tản văn *Thêm Ngày Nữa Để Yêu Thương* (2024)

Thi tập *Như Lá Cỏ Tàn Phai* (2024)

Viết nhiều bài cho sách nhiều tác giả như: Hồn Việt và Ước Mơ của nhạc sĩ, giáo sư Lê Văn Khoa, sách của hậu duệ Tự Lực Văn Đoàn v.v…*Xin trích đăng ba truyện và kèm thơ của tác giả Kiều My

Đóa Hoa Nở Muộn

Thúy An, một nữ lưu quý phái, nhan sắc vẹn toàn như một đóa hoa xinh tươi nở cuối mùa trong vườn thượng uyển. Tuy nở sau những đóa hồng kia, nhưng đóa hoa Thúy An vẫn mang đến sắc hương quyến rũ đối với đấng hào kiệt, bản lĩnh Trúc Phong

…Kìa…đóa hoa thắm đón chào
Muộn màng hoa nở dạt dào hương yêu
Hoa xinh tươi đẹp yêu kiều
Hoa mang đến cho đời nhiều niềm vui…

Thúy An và Trúc Phong đã yêu nhau say đắm trong từng khoảnh khắc của thời gian, khi Trúc Phong bước vào tuổi trung niên. Thời gian đối với tình yêu của đôi uyên ương quả là vô giá, khi cả hai đến với nhau trong muộn màng, nhưng rất mặn nồng, thơm ngon như những trái chín mọng. Họ nắm tay nhau bước vào Thánh đường cùng thề nguyền yêu thương nhau suốt đời. Sau đó, là những ngày trăng mật tuyệt vời ở thành phố nước nổi tiếng Venice trữ tình bên Ý, là thời gian khó quên cho bước đầu trong đời sống hôn nhân.

Hai đứa con xinh xắn chào đời dưới mái ấm gia đình bên bờ hồ thơ mộng. Một tổ ấm mà bao người hằng mong ước! Cả hai Trúc Phong và Thúy An trân quý từng giây phút trôi qua cho tình gia đình cao cả, nhất là hai đứa con thơ Quốc Việt và Huyền Thoại. Rồi một ngày…cuồng phong ập đến, cuốn trôi đi hết tất cả êm đềm hạnh phúc của tổ ấm bé nhỏ, khi người chồng, người cha Trúc Phong đã vĩnh viễn từ giã những người thân yêu ra đi vì bệnh tim. Tang thương đã phủ lên căn nhà nhỏ thơ mộng bên hồ trong một ngày mùa thu chớm lạnh, lá vàng rơi lả tả đầy sân theo từng cơn gió hắt hiu…

Thúy An chết lặng cùng hai con nhỏ từng bước đưa tiễn người chồng, người cha yêu thương nhất trên đời vào cõi vĩnh hằng vào một ngày buồn… se lạnh tan nát con tim. Để lại trần gian nỗi đớn đau tột cùng của người vợ hiền và tâm hồn chơi vơi hụt hẫng của hai con còn thơ dại…với những vành khăn tang, nước mắt và nhớ thương!!! Tất cả là định mệnh!

Ngựa Hồng Yêu Dấu

Tình yêu đôi lứa trong thời chiến dù có tha thiết mặn nồng, nhưng định mệnh khắt khe của bom đạn vô tình, đã đưa đến những hệ lụy quá đau đớn xót xa cho những trái tim yêu vụn vỡ trong kiếp sống không có ngày mai!

Chuyện tình của bác sĩ Hoàng Vinh và nàng Chiêu Oanh thùy mị, xinh đẹp cũng bị cuốn hút vào vòng xoáy của chiến tranh, vì bản chất của chiến tranh là dã man và tiêu diệt! Đôi uyên ương Hoàng Vinh, Chiêu Oanh yêu nhau với mối tình say đắm và đã kết hôn với lời thề nguyền bên nhau suốt đời.

Nhưng cuộc nội chiến trên quê hương Việt Nam đã kéo dài mấy thập kỷ qua, gây biết bao tang thương cho dân Việt. Từng lớp người trai trẻ phải từ giả gia đình, dấn thân vào chiến trận để giữ gìn bờ cõi. Bác sĩ Hoàng Vinh, chồng Chiêu Oanh cũng phải hy sinh tình vợ chồng để lên đường thi hành nhiệm vụ của trai thời chiến, ra chiến trường để cứu mạng sống của những thương binh. Nhưng bất hạnh thay! Không bao lâu, Hoàng Vinh "Ngựa Hồng Yêu Dấu" của nàng đã bị mất tích trong cuộc chiến 4 ngày đẫm máu! Chiêu Oanh đau khổ tột cùng! Nàng đã mất đi người chồng mà nàng yêu quý nhất trên đời. Vì quá thương nhớ chồng và với hy vọng Hoàng Vinh vẫn còn sống; nên Chiêu Oanh quyết định đi tìm chồng với chuyên nghề ký giả chiến trường mà nàng đã học ngành báo chí và ký giả bậc đại học. Nàng cũng như bao chiến sĩ trong tiểu đoàn, đơn vị cuối cùng mà Hoàng Vinh phục vụ…cùng lăn lóc gió sương, chịu nhiều gian khổ, hiểm nguy, nếm mùi tàn khốc của chiến tranh…Nhưng nàng vẫn kiên cường với biết bao thử thách, thầm cầu mong tìm được chồng đã bị mất tích, dù phải băng rừng lội suối dưới bom đạn.

Nhưng đau đớn thay! Người thiếu phụ trung trinh Chiêu Oanh đã gục ngã dưới sự hung tàn của vũ khí chiến tranh, trong thân xác đầy máu và nước mắt còn ràn rụa nỗi đau đớn thống khổ… Hay nước mắt trong mắt nàng là những giọt nước mắt hạnh phúc được tái ngộ cùng Hoàng Vinh bên kia thế giới…?

…Chiến trường tiếng súng vang đêm dài
Thân "Ngựa Hồng" vùi trong chiến trận
Cùng bóng hình ai xuống tuyền đài
"Ngựa Hồng"chàng ơi…đau xót quá!
Tiếc thương người với tình muôn thuở
Khóc cho chàng…khóc cả cho ta!

Hương Ngọc Lan (*)

Phảng phất trong khuôn viên vườn Paradise, mùi hương Ngọc Lan dịu dàng thơm ngát… lan tỏa…như quấn quít một người con gái Á Đông mang tên Lan Chi, dưới vùng trời xanh tỏa sáng. Nàng say sưa ngắm những đóa hoa trắng nuột nà trên cao và hít mùi hương nồng nàn tinh khiết của loài hoa mang tên Ngọc Lan …Nét đẹp Lan Chi trong sáng, kiêu sa… như những đóa hoa Ngọc Lan… mà Minh đã lặng nhìn nàng từ một khoảng cách không xa lắm.

Minh, người thanh niên tuấn tú gốc Đài Loan, cũng rất yêu thích màu trắng tinh tuyền và hương thơm của hoa Ngọc Lan. Hai tâm hồn có cùng chung mẫu số NGỌC LAN…đã đưa họ đến với nhau như "thiên duyên tiền định". Họ yêu nhau đậm đà bằng tấm chân tình và kết hôn với nhau tại Đài Loan, quê hương của chàng và nàng.

Sau đó, đôi uyên ương đã tận hưởng tuần trăng mật thật tình tứ ở Paris, Pháp quốc mà cả hai cùng yêu thích. Những phong cảnh trữ tình đã đốt cháy lửa yêu đương của đôi uyên ương bên dòng sông Seine lặng lờ trôi. Những buổi hoàng hôn buông xuống dưới tháp Eiffel nguy nga lộng lẫy, biểu tượng đầy kiêu hãnh của người Pháp. Văng vẳng đâu đây âm điệu thật cao sang của những bản nhạc Pháp tuyệt vời qua tiếng hát của những ca sĩ nổi danh một thời, mà vẫn sống mãi theo thời gian, dù đã qua bao thế hệ như:

Il Faut Toujours Un Perdant
"Vois, c'est moi qui fais ce soir le premier pas
On s'ennuyait un peu mon coeur et moi
On revient pres de toi…
Histoire D'un Amour
Mon histoire c'est l' histoire d'un amour

Ma complainte c'est la plainte de deux coeurs
Un roman comme tant d'autres
Qui pourrait être le vôtre
Gens d'ici ou bien d'ailleurs…

Sau tuần trăng mật khó quên ở Venice, họ trở về căn nhà hạnh phúc, Lan Chi và Minh đã sống những chuỗi ngày thật đầm ấm bên nhau. Vào những đêm trăng sáng lung linh dưới bầu trời đêm, họ cùng uống trà, chuyện trò dưới tàng cây Ngọc Lan bên hiên nhà, thưởng thức mùi hương Ngọc Lan thật quyến rũ như mối tình say đắm của họ. Mối tình thật đẹp như huyền thoại, được ấp ủ trong những cánh hoa trắng đục và hương thơm ngây ngất của Ngọc Lan.

Rồi một ngày…bầu trời như sụp đổ…trái đất như ngừng quay! Minh đã vĩnh viễn ra đi trong chuyến bay định mệnh vì công vụ. Chàng không còn trở về mái ấm gia đình bên người vợ yêu dấu muôn đời và cây Ngọc Lan kỷ niệm. Một nửa linh hồn Lan Chi đã chết theo người chồng mà nàng yêu quý nhất đời. Nàng chạy đến ôm thân cây Ngọc lan, khụy xuống khóc nức nở nghẹn ngào… Đêm nay trăng vẫn sáng dưới trời đêm…nhưng chàng ở đâu? Hương Ngọc Lan vẫn tỏa quanh hai tách trà đã nguội… sương khuya xuống lạnh thân xác và tâm hồn người góa phụ trẻ đơn côi…Mối tình "Hương Ngọc Lan" giờ đây đã đi vào huyền thoại!

Bóng trăng cô đơn phủ sương mù
Mảnh hồn buốt giá giữa đêm thâu
Lặng lẽ bên song… dáng cô phụ
Hương Ngọc Lan… khóc người ngàn thu!

(*) Đây là một truyện phim tóm lược, brief screenplay (Au sommaire de la Semaine de l›art).

Như Lá Cỏ Tàn Phai

Như Lá Cỏ Tàn Phai là thi tập đầu tay của Kiều My. Một thi tập rất đa dạng về nghệ thuật thi ca, được kết tinh bằng tâm huyết và sự sáng tạo của riêng mình. Qua những vần thơ miên man về triết lý nhân sinh, hay chất chứa sự lắng đọng trong niềm tin tôn giáo; bên cạnh đó là nỗi niềm tha thiết trong tình yêu lứa đôi, hay trái tim vụn vỡ của tình yêu băng giá; ngoài ra, còn tình bằng hữu; hoặc sự gắn bó với tình yêu thiên nhiên và đặc biệt là niềm đam mê văn chương nghệ thuật.

Như Lá Cỏ Tàn Phai gói ghém những vần thơ trữ tình mềm mại như những khúc nhạc êm…như những vầng mây trôi lững lờ trong gió thoảng:

…Hồn thi nhân hương thơ ngây ngất
Vần thơ mềm như khúc nhạc ngân
Nhạc và thơ như mây với gió
Gió cuốn mây trôi trong nắng vàng
Nắng có phai màu hồn thi sĩ
Hay…
Nắng vẫn lung linh cùng gió mây?

Trong thơ Kiều My, lòng tri ân luôn ẩn náu trong tâm tưởng đối với Thiên Chúa, cha mẹ, gia đình, bằng hữu và ân nhân:

Tạ ơn cha mẹ sinh thành
Nuôi con khôn lớn thành danh với đời
Bao năm xa cách phương trời
Cha mẹ khuất bóng…một đời xót xa
Tạ ơn công đức bao la
Ân sư chỉ dạy…mượt mà văn chương
Tạ ơn bằn hữu yêu thương
Bên nhau sát cánh trên đường thi ca
Tạ ơn Chúa đã cho ta
Gia đình hạnh phúc an hòa vui tươi
Tạ ơn đời đẹp nụ cười
Bạn hiền gặp gỡ, rạng ngời trên môi

Có nắng nào không nhạt? Có tình nào không phai? Cuộc đời chỉ là hư vô! Mọi tạo vật trên đời không thể tồn tại với vũ trụ và thời gian. Những đóa hoa đẹp rực rỡ cũng sẽ héo tàn thật nhanh; tình yêu và hạnh phúc rồi cũng tan biến như những áng mây trời. Cuối cùng, tất cả chỉ còn là những hoài niệm kết tụ thành những vần thơ dấu ái ghi lại một thời đã qua cho dù hạnh phúc hay đau thương. Dù nắng có nhạt, tình có phai, thì những kỷ niệm đẹp vẫn mãi in đậm nét trong tâm hồn ta.

Những nốt nhạc dù cao hay thấp, đều góp phần tạo nên bản giao hưởng tuyệt vời của đời người. Cũng thế, những giọt nước mắt hay nụ cười, những khổ đau hay hạnh phúc, đều là những mảnh ghép không thể thiếu trong bức tranh cuộc sống.

Những vần thơ của Kiều My đượm nét trữ tình khi diễn tả tình yêu tuyệt vời của đôi tình nhân thật say đắm. Vì hồn thơ của tác giả luôn tôn vinh nét đẹp của thi ca lãng mạn khi biểu đạt thi tính vào văn chương và nghệ thuật của người thơ:

...Nâng tay hứng lấy giọt luyến ái
Tim ta bừng cháy cơn mê dài
Ánh trăng tàn tình vẫn miên man
Bình minh đến tình ta thắp sáng
Đất ôm ấp...cho hạt nẩy mầm
Vòng tay ân ái...tình tram năm

Tình yêu quê hương vẫn luôn ấp ủ trong lòng người viễn xứ qua những vần thơ bùi ngùi xúc cảm. Nhớ về Sài gòn, thành phố thân yêu của những buổi tan trường mưa ướt đẫm ngập lá me bay. Thầm cầu mong quê mẹ sớm được tự do, để đón những đứa con từ khắp phương trời, như những cánh chim bay về tổ ấm:

...Sài gòn giờ đây từng ngày thầm nhủ
Con đường cũ sao nằm lặng thinh?
Đợi người xưa ôm ghì nỗi nhớ
Mõi mòn dưới đèn vàng lung linh
Sài gòn ơi! Gọi tên người mãi
Gắng đợi chờ tôi, ngày trở lại
Sài gòn...nắng lụa vàng bay trên phố
Đón bước ai về...một ngày ma

Kiều My, December 2024

(*): Đây là một truyện phim tóm lược, brief screenplay (Au sommaire de la Semaine de l'art).

TRẦN VIỆT HẢI

LÂM HẢO DŨNG

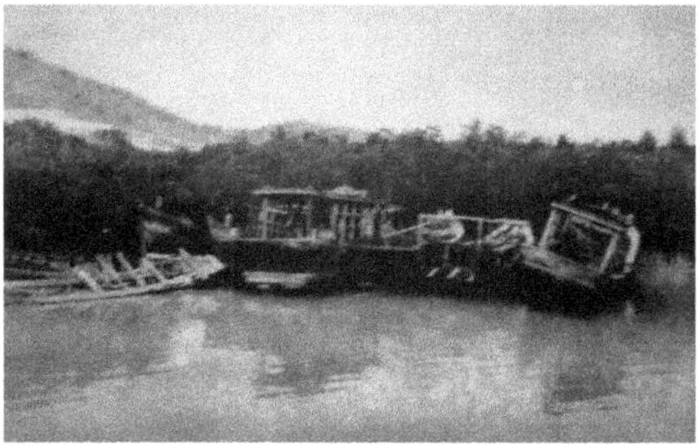

Mấy Mươi Năm Nhìn Lại Bóng Con Thuyền

Con thuyền ấy chở tôi về qúa khứ
chở tôi về những vũ trụ đau thương
những năm tháng dài hơn nghìn thế kỷ
những sinh linh trong nghiệm chứng tâm thần…

kỳ diệu quá những đêm đen huyền hoặc
những mùa trăng rũ riệt vạn tâm hồn
đi để sống hay dật dờ tim óc
hay không chừng bóng tối huyệt mồ chôn…

mấy mươi năm nhìn lại bóng con thuyền
sầu như nước xuôi dòng trôi bất tận
sầu như gió không gian đầy chuyển động
giữa sinh đời em hát khúc ca quen…

hát dùm tôi dù sẽ chỉ một lần…

LÂM HẢO DŨNG
Ảnh: Thuyền tỵ nạn tại Pulau Galang

SAN PHI
Ngọn Núi Đào Hoa [5]

"Trăng mềm đá sỏi gầy thân hao mòn".

Phải thế không anh?

Ánh trăng đã gầy đá sỏi, cái ngàn đêm lặng lẽ điêu thương giữa chốn sơn khê, ta đã đợi anh một ngàn lẻ một đêm. lưu khứ tuyệt trễ hơn một lời ước hẹn, cái hẹn không dưng vẫn chưa dấu hài.

khi đối mặt với cuộc đời, khi đối mặt với những điều tưởng chừng như bất khả thi, ta vẫn nghe gió lộng sưởi ấm khi lòng ta đau thắt dạ phù lưu đợi chờ một kỳ tích.

Hôm nay, một nghìn lẻ một đêm, trời thụ lâm đã trở mình già hơn, những chiếc lá vàng thảo mộc thâm, rơi xuống thùy cánh phân đời như sợi tơ trời cùng với tọa tương bi ngổn ngang tuyệt vọng.

ta đợi gì khi tuyết trắng tinh phủ chết hồn rêu, vân tiếp địa âm màn sương mỏng cánh hồn nhiên rét đậm trong trái tim. luống đoạn trường trời dường như cố tri lùng cơn băng tuyết tâm can, ai mộng ước người quay gót tìm.

Tương quan hữu mơ màng khắc một hình dung, dù cuộc đời này thật nhiều gai góc, một tâm tư cuồng say tha thiết trào dâng hoà mình vào năm tháng mở đầu. lưỡng khai đa nhân ảnh người thuở xưa khuất sâu mường tượng, dù chỉ là thoáng hương âm, trong chốn hư không ảo huyền.

Lắng nghe hương gió
Vừa chạm sợi dây vô hình.
Sóng giăng đầy mắt thương
Giấc mơ vừa hái …
Cánh hồn nhiên phất phơ

Mật nắng chiều chết lặng
Hương gió phai rụng từng mắt biếc
Hoang sơ đến lặng người
Run rẩy đến chơi vơi…
Tàn bão buốt thịt da
Giọt bắn trúng địa đàng
Vỡ nhành hoa trinh trắng

Đường như chân trời bao la bất tận tiếng gào thét điêu thương thấu trời xanh, hạ cánh quy gọi tiềm thức ai về.

Ta như ở cõi vô hình sương mãn thiên giữa rừng đào băng tuyết, đợi ai trong đời thực tại đến mờ u uẩn sâu trong trái tim, cõi xa xăm mơ màng.

Ai lướt qua nhau khúc mắc cuộc đời, lời ai thốt thề còn âm ĩ nào chịu tan biến đi đâu. Bất dụng tích nào phất dạng tàn phai, ta ngây dại thiết tha cảm thì hoa tiễn lệ, ta ngập ngụa trong những giây phút vỡ òa trong niềm nhớ thương lắng lại.

Khi đối mặt với cuộc đời, vốn như một tấm gương phản chiếu, mà anh là minh chứng rõ ràng, ta đợi mong lung giọt nước mắt xanh. hồn rêu vẫn chưa được tượng hình, đã bay lững lờ trong càn quét cơn bão dữ.

“ vết xước cào cấu mi ngoan từng giờ”.

Chuyện gió cưỡi trăng
Nguyên thủy hồn rêu trỗi dậy
Thả lưới xanh nốt trầm
Lung linh đường mộng
Tay xếp tầng không gian
Ươm hạt trần sáng mơ …
Vệt không gian. Phục sinh!
Có đường mộng lung linh
Cành hoa khô chợt nở
Tận thẳm sâu hốc mắt
Ta cúi nhặt nắng chiều
Linh thiêng cánh mật yêu

Cánh mật yêu viễn hướng bạch vân ta vẹn giữ.

Xuân- Hạ -Thu -Đông, lạnh lùng lướt qua vạn kỷ, thơm

nắng vàng linh thiêng giọt tình khúc hoang đàng.

Ta vẫn ngỡ ngàng ngớ ngẩn!

khi từng chiếc lá lìa cành, như ai về ta vẫn ngỡ bên đời còn anh, những cành đào hồng kết chặt lấy bầu trời, choàng ôm dịu dàng đường trăng sáng.

Ta vẫn lặng người không thể tinh từng bước chân thương quen đã dần xa dần xa, Bạch Vân Sơn nay đã phai mờ dấu xưa.

Ta ngập ngừng trào dâng khóc ngất, đã bao lần ta tự hỏi …

là mơ chăng?

Giọng nói thương quen vẫn những âm vang vọng bên tai, cái âm thanh nhẹ nhàng mà mãnh liệt đến tê buốt tim gan.

Ta chợt nhận ra rằng mình vẫn từng giây nung nấu bóng hình, khi trời đất vĩnh hằng, khi những cánh đào hồng kia ngừng rơi.

có chăng lạc hoa tương cánh mỏng phôi pha lắng xuống?

Không… có lẽ khi linh hồn vẫn tìm về chốn cũ ta vẫn nghe gió lộng tiếng ai ngân nga khôn cùng!

“Một cánh xoa dịu vợi
Lạc khuya trăng tìm hoa
Ngọn sóng giăng giăng hóa
Khoảng trời bắt sóng đôi
Ngọn Núi Đào Hoa rơi
Từng cánh hoa chơi vơi
Khắc ghìm từng giây điệu
Tuyệt trì xích bên đời”.

“Có phải chăng khu rừng bí ẩn kia đã xích chặt lấy ta như từ muôn kiếp”.

Người đã xa ngút ngàn!

Trăm năm, khắc hồn vào miên dạ, mộng tàn canh, khép chung mi, chạm hương yêu, dậy men hút chặt ta tiến gần với mây trắng, trời xanh, dẫu hoang đàng vẫn lặng thầm xao động, cho từng khảm khắc hoa vương khung trời nhỏ bé, hình bóng kia vẫn ngày đêm xéo ghì da thịt nghẹn ngào.

Và bóng hình kia phải chăng cũng đang thiết tha ngắm nhìn từng cánh hoa cô lẻ từng đêm thâu nhớ thương người ?

"Những tưởng mênh mông sao trời
Nào ai biết được bên đời quạnh hiu".

Ta vẫn đợi một tình yêu vô hạn, thời gian vô tình lướt trên từng sợi thuyền neo đậu, những bước chân hoang mang gần gũi đến lúc đi xa mãi xa.

Người đã xa ta thật rồi sao?

tiếng mưa rơi lất phất ướt mèm, hay tiếng lòng ta nức nở, cho lòng ta buốt lạnh cho cái hẹn vô tình nặng trĩu xa.

Khi con đường dài chơi vơi trong hoang vắng, khi từng chiếc lá rơi, khi từng cánh hoa ướt mềm khát khao yêu dấu giao hòa, một khoảng trời bao la xưa cũ, trực trào những yêu thương dấu chân.

Những xúc cảm buồn vui lẫn lộn ghi khẽ một thời dấu tích nguyên sơ, ta nghe dường như trời bừng lên tia sáng, ta nghe như ảo mờ sương khói thầm thì vọng thốt lên, khơi giấc trùng khơi thuở nào.

Người đã xa ta thật rồi sao!

Từ nay, từng bước chân đơn lẻ, lời tha thiết thì thầm khuất nẻo trời gió bụi. Vân phong bất độ, những hương yêu đã khép lại, lời thì thầm bên tai vĩnh viễn xa biệt mù khơi. và chỉ còn lại đây nhớ thương tê buốt đến tận xương tủy tâm can, niềm nhớ quay quắt đến cháy lòng.

Người để lại trong ta một rừng cánh hồng đào hoa rơi xuống, từ những giọt nước mắt bằn tình chơi vơi

Sâu trong trái tim niềm yêu một đời tận lực hiến dâng mà ai kia đã từng dạo bước…

Rơi…rơi…rơi…!

Từng tế bào rung lên theo từng cánh đào hồng đang rơi.

Người xa ta thật xa ta rồi!

Từ đây đến hết cuộc đời, ta biết phải sống sao. có phải ta sẽ như một cái xác biết đi bên trời tịch liêu cô quạnh hiu hắt giữa dòng người.

Nắng đã qua chưa, sao ta không nghe được tiếng hoa cười,

đêm đã qua chưa, sao vẫn ngỡ ngàng mộng mị, giữa rừng trời những thương yêu vô tận, chẳng thể nhạt phai.

Người ơi!

Ngọn Núi Đào Hoa, phải chăng chết theo tầng đựng dòng thời gian. lên khung thiên tình sử khắc tên nhau lạnh lùng .

Ôi! Nghĩ đến lòng ta đau thắt, rồi một niềm hoan lạc.
khi ta lục tìm!
"Dấu Thu An trên cung Khải Nguyên".

nỗi lòng người, gục xuống trần gian vô hình, lời tiên tri mỉm cười, khu rừng ngàn dặm.

Rồi từng cánh đào nhỏ rơi dần, rơi dần, già nua đơn lẻ cùng năm tháng .

Từng cánh đào hồng rơi xuống đời, hóa dòng nước mắt xanh.

Và rồi tận cùng phiến tim, ta vọng thốt lên, ta gọi anh muôn đời khi bóng hình chìm dần trong khuất xa lỡ làng. những dấu xưa ta biết người thuở xưa còn nhớ một kiếp mai ước hẹn.

Ôi, thôi đành lỡ nhịp dấu yêu, thôi đành gửi lại trăng khuyết, để cho ta mong lung, như ánh sao khuất áng mây xa cuối trời, thả hồn bay từng cánh mỏng với rừng núi sơn sơn hoàng trùng điệp.

Và từ nay, khi ta lật lại trang đời, góp nhặt cánh hoa khô đã sẫm màu thật mỏng tang, những dấu xưa ùa về trìu mến xót xa. Rồi những hồi ức chạm vào mắt thương, say đắm xác hoa đầy trước mắt, vụn vỡ tích hoa phi tung trắng xoá, những vỡ òa sâu lắng.

"từng yêu nhau từng là của nhau thật lâu".

Để rồi xa anh, nhớ thương nuối tiếc ngậm ngùi. Và rồi, ta gom nhặt từng giọt nước mắt, rơi lặng thầm khe khẽ thốt lên.

Ôi!

Một trời kỷ niệm ngàn vương bóng hình, khu rừng ngàn dặm "Thập Lý Đào Hoa". bỗng hóa thành lệ tương tư…

SAN PHI

Govap October 14, 2023

MINH NGUYỄN

CON HEO ĐẤT

Đã bốn giờ chiều của ngày thứ bảy, nghĩa là chỉ còn hai giờ đồng hồ nữa, phòng triển lãm tranh của Ngạc sẽ bế mạc. Anh bước tới đứng tì tay trên thành cửa sổ, nhìn ra khoảng sân vắng lặng bên ngoài, có vẻ như đang chờ đợi một ai đó. Dư âm cơn mưa từ lúc xế trưa vẫn còn đọng lại quanh đây một thứ không khí dịu mát nghe thật dễ chịu. Lâu lắm rồi Ngạc mới có dịp đứng nhìn buổi chiều thành phố qua những vòm cây xanh như được lau chùi, tắm gội sau cơn mưa bất chợt. Nhớ tới bao bước chân rong chơi dưới bầu trời ướt sủng những cơn mưa, thèm được cùng dăm ba thằng nhóc sống lại tuổi thơ nghịch nghợm, vui đùa trên các vỉa hè, đá từng chiếc lon thay cho trái bóng; chơi trò chơi trượt pa-tin bằng mông trên nền xi măng nhẵn bóng nước. Xa rồi hình ảnh thân thương của thời ấu thơ, hồn nhiên với nhiều kỷ niệm gợi nhớ đầy cảm động. Không phải anh đãi bôi hay phụ bạc gì với thành phố từng có thời cưu mang, ôm ấp, gìn giữ nuôi anh lớn lên. Song đời sống lúc nào cũng như chiếc thòng lọng vô hình rình rập, đợi chờ cơ hội ra tay ghì xiết, bắt anh phải chạy trốn muốn hụt hơi. Cũng may, trong lần trở lại thành phố vừa qua, anh nhận lời rủ rê từ chủ ga-le-ry làm cuộc triển lãm này, nhờ đó anh có dịp gặp lại hầu hết bạn bè văn nghệ trước đây.

- Thưa chú.

Ngạc giật mình quay nhìn xem ai vừa gọi, thì ra đứng trước mặt anh là một cô bé gái xinh đẹp, quàng trên cổ chiếc khăn màu đỏ,đang nhìn anh với đôi mắt hồn nhiên đến ngơ ngác..

- Em muốn gì hở cô bé?
- Xin lỗi! Cháu có đến muộn lắm không?
- Vì chuyện gì?
- Cháu muốn đi xem qua phòng tranh.

Ngạc nhìn cô bé nói:

- Vẫn còn đủ thời gian đấy cô bé.
- Cháu đoán chú là họa sĩ?
- Tạm coi như vậy đi.

- Cháu vốn yêu thích môn hội họa.

- Tốt lắm.

- Cháu từng có mặt tham dự qua nhiều cuộc triển lãm, tìm hiểu nội dung, bố cục, phân biệt được từng gam màu sáng tối, nóng lạnh mà tác giả muốn diễn đạt. Té ra hội họa không hẳn là ngôn ngữ bí mật như nhiều người lầm tưởng; chẳng qua đó chỉ là những tác phẩm được bàn tay con người sắp đặt, pha chế màu sắc sao cho có vẻ phức tạp, khó hiểu để đánh lừa giới thưởng ngoạn?

- Hay nhỉ! Cháu học từ đâu những suy nghĩ như vậy?

- Cháu đọc trên nhiều sách báo viết về hội họa, thông cảm, chia sẻ với nỗi thống khổ nơi người hoa sĩ, qua hình ảnh cũng như từng mẩu chuyện cảm động viết về các bậc danh họa trên thế giới. Khiến cháu cầm lòng không đặng, khóc ngất khi nghe kể về ông Modigliani ở đất nước xa xôi, lúc đương thời có khi không có đến một xu dính túi, ăn nhờ ở đậu trên các vỉa hè thủ đô hoa lệ Paris. Vậy mà cho đến khi mất, ông cũng kịp để lại cho đời nhiều kiệt tác kể về nét ngây thơ hồn nhiên nơi trẻ con. Hoặc như hoa diên vĩ, sau cơn mưa . . . của ông Van Gogh được vẽ trong căn nhà tồi tàn cùng với cuộc sống nghèo khó bủa vây, khiến ông đâm ra quẩn trí tự sát bằng một khẩu súng ngắn.

Trời ạ! Ngạc thật sự xúc động trước cô bé, bởi anh không thể ngờ, trước mặt mình là một cô gái nhỏ bé, nhưng lại có tầm hiểu biết sâu rộng, cộng thêm tấm lòng nhân ái rất đáng khâm phục, để rồi tự hỏi chính mình: "cô bé kia là ai mà giống như một vị thiên sứ đi rao truyền cái chân thiện mỹ giữa xã hội mà hầu như đã đánh mất đi sự thánh thiện nơi tâm hồn con người từ rất lâu"?

Để trấn an mình Ngạc hỏi cô bé:

- Em bao nhiêu tuổi?

- Cháu mười bốn.

- Em đang theo học ở trường mỹ thuật nào chăng?

- Không! Bố cháu quan niệm con gái bản chất vốn đa sầu đa cảm, tiếp xúc nhiều với môi trường văn học nghệ nghệ thuật càng không nên. Chú có thể giải thích cho cháu biết tai sao không?

- Theo chú, ông ấy có lý theo cách nghĩ của ông ấy, vậy bố cháu đang làm nghề gì?

- Không giấu gì chú, bố cháu cũng là một người rất mê văn học nghệ thuật, mỗi tháng cũng đôi ba lần phòng khách nhà cháu lại biến thành nơi hội họp, bàn luận thơ văn ra trò. Đủ mọi chuyện khen chê đều được khách của bố cháu mang ra mổ xẻ từng ly từng tí một. Đôi lúc cao hứng các bác ấy ngâm thơ nghe sang sảng. Thú thật, cháu rất mê cái không khí văn nghệ ấy nhưng đời nào bố cháu chịu cho tham dự.

- Những lúc ấy em ở đâu?

- Cháu bị đẩy vào phòng học, nhưng khổ nỗi cháu có học được gì đâu, khi bên ngoài mọi người đọc thơ bình luận văn nghệ rôm rả.

- Vui nhỉ! Thế nhà cháu có ở xa đây không?

- Xa chú ạ.

- Em biết đến cuộc triển lãm này từ bao giờ?

- Cháu đọc bài giới thiệu trên báo, lại thêm nghe lén bạn bè bố cháu cổ động nhau đi xem.

- Bố cháu đã ghé đến đây rồi chăng?

- Bố cháu đi cùng với bạn.

- Còn em sao giờ mới tới đây?

- Không dấu gì chú, cháu vừa kết thúc buổi thi cuối cùng, liền chạy vội đến đây.

- Bận thi à?

- Học kỳ một.

- Rõ !

- Chú cho phép cháu đi xem qua phòng tranh chứ?

- Cháu cứ tự nhiên nha, nhưng sau khi xem xong, nhớ cho chú biết cảm tưởng nhé.

Đợi cho cô bé rời đi, còn lại một mình Ngạc đứng trong suy nghĩ "không hiểu trong thành phố có gần mười triệu dân, còn được bao nhiêu người có tâm hồn dành cho nghệ thuật, giống cô bé này"? Tiếc thay, trong hoàn cảnh đặc biệt như thế này, anh lại không có sẵn phương tiện để ghi lại nét hồn nhiên nơi gương mặt đầy chất nghệ sĩ của cô bé.

Chao ôi! Càng suy nghĩ anh càng cảm thấy có điều gì huyễn hoặc qua sự hiện diện bất ngờ từ cô bé.

Trong khi chờ đợi cô bé quay lại, Ngạc tranh thủ đi giải quyết một vài công việc mang tính thủ tục, trước khi phòng tranh bế mạc.

Đến khi vừa kịp quay trở lại phòng tranh, anh giật mình khi thấy cô bé như đã đứng chờ anh từ rất lâu.

- Xin lỗi cô bé chờ chú có lâu không?

- Dạ! Có chi đâu chú.

- Cháu thấy phòng tranh thế nào?

- Tuyệt vời chú à.

- Thật hả cô bé?

- Cháu có để nghị thế này.

- Nói cho chú nghe.

Cô bé liền trao vào tay anh một mảnh giấy nhỏ.

- Cái gì thế này?

- Để thay cho lời nhận xét về phòng tranh của chú.

Ngạc cầm mảnh giấy đọc phớt qua, thấy ghi tên cô bé cùng với địa chỉ.

- Cô bé muốn gì?

- Cháu thích bức "Mùa Hoa Cà Phê Cuối Cùng", để nghị chú mang bức tranh đến nhà giao cho cháu? .

- Cháu thích bức tranh đó sao?

- Có gì khiến chú phải ngạc nhiên đến vậy?

- Không! Chú nghĩ còn nhiều bức tranh khác đẹp hơn sao cháu không chọn?

- Bởi bức tranh này mới là ngôn ngữ hội họa.

Ngạc không tin vào đôi tai mình trước những gì vừa nghe. Anh có cảm giác như bị chao đảo trước mọi sự vật dường như đang quay cuồn trước mắt. May mà anh chưa bị nock-out trước một đối thủ chỉ là cô bé ở lứa tuổi quàng khăn đỏ. Không ngờ, với tuổi đời còn rất trẻ, cô bé đã phát hiện một cách dễ dàng nội tâm buồn bã, ẩn dấu sâu kín trong họa phẩm mà anh muốn gửi gấm. Có nghĩa là niềm kiêu hãnh bấy lâu nơi anh đã bị phá sản khi cái nhìn ngờ vực về giới thưởng ngoạn; bỗng bị một cô gái loắt choắc thấu hiểu hết mọi ngọn ngành nơi tâm trạng. Mà không nghi ngại ngờ vực sao được khi, qua mỗi tác phẩm người nghệ sĩ đã phải nâng niu, gửi gấm tất cả tim óc của họ vào đó để rồi chẳng được đoái hoài; trong khi loại ốc mượn hồn chỉ cần lợi dụng màu sắc, chép lên khung vải những ý tưởng vay mượn từ người khác lại, được đám đông hùa nhau tâng bốc thành họa sĩ có nhiều cống hiến. Điều trái ngược ấy khiến cho nhiều nghệ sĩ chân chính bị tổn thương, chán nản rút lui vào bóng tối nhường cuộc chơi cho phường buôn bán nghệ thuật.

Riêng việc trở về thành phố lần này của Ngạc, có phần cá biệt do một thời gian dài xa cách thành phố, bạn bè, cùng với giới yêu mến nghệ thuật nên, họ cố khuyên anh nên làm cuộc triển lãm nhằm đánh dấu sự có mặt. Mới đầu anh cảm thấy ngại ngùng vì đã lâu không tham gia sinh hoạt công đồng, nhưng cuối cùng do nể lời bạn hoặc cũng có thể do ham vui, anh đã mang về đây một số tranh. Không ngờ bức "hoa cà phê cuối cùng" là câu chuyện tình mong manh dù đã được anh gói ghém hết sức khéo léo qua nét cọ đặc tả về chiếc hoa cà phê cuối cùng còn lại trên cây, nằm cô đơn trong suốt thời gian dài triển lãm chẳng ai để ý, Vậy mà, dưới con mắt nghệ thuật, nội dung tình cảm mà anh chắt chiu, gói ghém gởi theo từng nhát cọ thay lời muốn nói vẫn bị cô bé phát hiện. Anh đứng ngây người thầm hỏi: "liệu đã đến lúc phải lên đường tìm kiếm sự sáng tạo mới thay cho cái hiện hữu hoàn toàn lạc hậu nơi anh chăng?"

Cơn mưa bất ngờ đổ ụp xuống thành phố. Nước mưa không biết từ đâu mà nhiều đến thế. Nước mưa rơi trên hàng me, trên mái nhà, đình chùa, nhà thờ, để sau cùng hòa vào nhau làm thành dòng chảy, mang theo những chiếc lá lấm tấm vàng giống như xác hoa giấy rắc trong mùa lễ hội, đổ dồn về mấy chiếc cống lộ thiên nơi hè phố.

Ngạc nhanh chân cùng với bức tranh gói kỹ trong lớp giấy dầu, chạy trốn cơn mưa vào, đứng nép mình dưới mái hiên nhà. Anh nhìn lên bầu trời hửng nắng, đoán chừng cơn mưa sẽ trôi qua nhanh. Ở đâu không biết, riêng phương Nam đầy nắng gió này, cơn mưa lâu nhất cũng chỉ kéo dài trong dăm ba phút là cùng. Mưa! Mưa! Mưa! Từng giọt mưa tí tách như có bàn tay ai đang thư thả dạo khúc serénate trên phím dương cầm. Hình như đã lâu lắm rồi anh mới có dịp trở về đây, đứng nhìn cơn mưa lay bay trên thành phố lãng mạn, qua hình bóng từng đôi nam nữ quấn quýt bên nhau đi dưới mưa, gợi nhớ kỷ niệm về mối tình mong manh thuở thiếu thời còn được lưu giữ nơi bức "hoa cà phê cuối cùng".

Dưới đường, cơn mưa cũng vừa kịp dứt, Ngạc cùng với mọi người kéo nhau rời khỏi chỗ trú bước ra ngoài, tiếp tục tìm tới nơi mình cần tới. May sao, ngôi nhà mà anh cần tìm đến để giao bức tranh đúng hẹn theo lời yêu cầu của cô bé quàng khăn đỏ, lại nằm ngay trong con ngõ cụt gần đấy.

Ngạc đưa tay bấm vào chiếc chuông được ngụy trang một cách khéo léo bên cổng rào. Chỉ sau vài giây chờ đợi, anh nghe thấy có tiếng bước chân người bước ra mở cửa.

- A! Cháu chào chú, cô bé mừng rỡ nói tiếp, cháu tưởng chú "xù" lời hứa với cháu rồi chứ?

- Chú mang bức tranh tới cho cô bé đây.

Cô bé đỡ lấy và nói:

- Cám ơn chú nhiều lắm. Chắc chú không bị mắc mưa?

- Ồ! Chuyện nhỏ.

- Là sao ạ?

- Cháu không biết đâu, ở miền Trung có những cơn mưa kéo dài đến cả tháng. Mưa thúi trời thúi đất, mưa khiến cho người ta phải vất vả mỗi khi ra đường kiếm sống. Có nhìn cảnh mọi người co ra trong manh áo tơi mới thấy hết sự thống khổ của người dân nơi xứ sở "bị trời hành cơn lụt mỗi năm".

Cô bé mở rộng cửa mời Ngạc bước vào nhà. Đi sau lưng cô bé ngang qua dãy hành lang, anh chú ý tới những giỏ lan đang nở đầy hoa. Anh chợt nhớ tới vuông sân nhỏ trước nhà, nơi đó anh cũng trồng rất nhiều loài lan. Không biết trong những ngày sống ở đây, cô em gái ở nhà có nhớ chăm sóc nó thay anh hay bỏ mặc chúng, đi chơi đâu đó với bạn bè không chừng? Chơi lan không chỉ có cái thú được thưởng ngoạn vẻ đẹp đằm thắm, lộng lẫy nơi chúng mà còn tốn nhiều thời gian để chăm sóc. Vì thế mỗi khi phải đi xa đâu đó vài ngày, lúc trở về, việc làm đầu tiên đối với anh là chạy ngay ra sân thăm vườn lan xem chúng thế nào. Có thể ví chuyện chăm sóc từng giò lan giống như việc anh gởi hết tâm trí vào từng bức họa vậy.

Đưa Ngạc đến phòng khách, cô bé mời anh ngồi ở sofa màu mận chín. Anh nhìn gian phòng trang trí bắt mắt với những tông màu trông khá hòa hợp, khiến anh không khỏi thầm thán phục chủ nhân quả có con mắt thật mỹ thuật. Ngoài một tủ chè cùng với kệ sách có hơn trăm đầu sách ra, trên tường có treo hai bức tranh sơn dầu khổ lớn. Một trong hai bức tranh thấy một bức ký tên người họa sĩ trẻ mới có chút tiếng tăm. Từ đây anh cố hình dung ra những khuôn mặt bạn bè mà cô bé nhắc tới trong những lần họp mặt văn nghể của ông bố, nhưng chẳng phát hiện được dấu hiệu nào chứng tỏ họ có quen biết hay liên quan tới công việc của anh.

- Cháu ở nhà với ai?

- Bố cháu rời nhà đến nơi làm việc từ sớm, còn mẹ cháu vừa chạy ra chợ.

- Sáng nay cháu không phải đến trường?

- Vừa thi xong nên còn được nghỉ. À! Mà chú tìm nhà cháu có khó lắm không?

- Chú từng sống ở thành phố này nên việc tìm kiếm địa chỉ nhà còn dễ hơn việc trở bàn tay.

- Chú cừ quá! Không chỉ vẽ hay mà còn thuộc lòng địa chí.

- Chú không dám nhận mình là thổ công đâu.

Đẩy ly nước mới rót tới trước mặt Ngạc, cô bé mời:

- Chú uống chút nước mát.

- Cám ơn cháu.

Phải loay hoay một lúc, cô bé mới gở bỏ được lớp giấy bọc bên ngoài, lôi ra bức tranh Ngạc vừa mang tới. Cô mang bức tranh tới đứng ngắm nghía nơi bức tường còn trống, thấy thừa ra chiếc đinh nên tạm thời treo nó lên đó. Tuy thấy không thật cân xứng nhưng bức tranh đã có được chỗ đứng riêng biệt. Từ nay "hoa cà phê cuối cùng" đã có cuộc sống mới trong ngôi nhà ít ra cũng có tâm hồn nghệ sĩ như cô bé chăm sóc

- Chú thấy thế nào? Cô bé vừa xoa hai tay vào nhau vừa nhìn Ngạc hỏi.

Tuy nhìn thấy bức tranh không được treo ở chỗ cân xứng

với nó, nhưng còn hơn là giao ra ga le-ry rồi bị xếp thành chồng, chờ đợi đợi khách hàng ưng ý ghé mua.

- Tạm ổn. Ngạc gục gật đầu trả lời cô bé.
- Xin lỗi! Chú có vội đi đâu không?
- Chú cần về kịp chuyến xe tối nay.
- Về đâu?
- Miền Trung.
- Khi nào chú vô lại?
- Chắc phải lâu lắm.
- Chú cảm phiền ngồi chờ cháu trong giây lát?
- Cô bé cứ tự nhiên.

Ngồi lại một mình nơi phòng khách, Ngạc thư thả mang tẩu thuốc ra, nhồi đầy một cối thuốc vàng ươm Hava Tampa, trước khi bật quẹt châm lửa đốt. Mùi khói thuốc thơm lừng như có ma lực bắt người chưa một lần hút thuốc, vô tình hít hà phải mùi hương ngọt ngào cũng cảm thấy dễ bị mê hoặc. Vừa mơ màng qua khói thuốc Ngạc vừa nhẩm tính tới công việc phải làm sau khi rời khỏi thành phố trong đêm nay. Trước hết, anh dùng số tiền thu được mua một ít màu cùng với ít vải bố về tiếp tục sáng tác, còn dư một ít đem góp vào quỷ từ thiện trẻ mồ côi. Bộp.

Có tiếng vỡ vụn nghe khô khốc vang lên từ vật dụng có thể được làm bằng loại đất nung.Ngạc suy nghĩ, có lẽ nào đó lại là tiếng vỡ từ một con heo đất? Rõ ràng, tiếng vỡ nghe quen tai, đến nỗi anh có thể hình dung ra thời thơ ấu của mình vẫn thường hay dùng những món tiền lì xì trong dịp lễ tết, tiền dè xẻn tiêu pha mỗi ngày, tất cả được mang nhét hết vào khe hở nhỏ của con heo đất.

Cô bé đã trở lại phòng khách cùng với xấp tiền mới trong tay. Em thản nhiên ngồi vuốt lại từng tờ giấy bạc có mệnh giá lớn trên tay. Ngạc nhìn dõi theo từng động tác nơi em, đoán biết hầu hết chuyện vừa xảy ra, hèn chi qua tiếng vỡ anh nhận ra âm thanh quen thuôc của những lần đập vỡ ống heo lấy tiền mua tập vở. Phải! Cô bé cũng vừa phải đập con heo đất mập ú sơn màu đỏ lòe loẹt của mình để có tiền trả cho bức tranh mà cô đã mua của anh. Ngạc không hiểu hành động của cô bé vì muốn chứng tỏ lòng yêu nghệ thuật hay vì động cơ nào khác? Chỉ biết, với số tiền rất lớn như thế kia, hẳn cô bé đã phải để dành không biết trong bao nhiêu năm mới có, trong khi tuổi thơ nơi em cần được hưởng trọn vẹn những thú vui sẵn có dành cho em nơi cuộc sống. Bộp! Tiếng vỡ khô khốc vang lên trong đầu khiến anh thêm xốn xang. Không! Anh sẽ không nhận từ cô bé một đồng nào, bởi tâm hồn em đã là một hiện vật vô giá. Chỉ cần chứng kiến hành động nhỏ nhoi như thế cũng đủ giúp cho nhiều người rút ra bài học về tình yêu nghệ thuật, dù chỉ là tấm lòng của một cô bé thuộc lứa tuổi quàng khăn đỏ.

Ngạc lẳng lặng đứng lên, bước vội những bước đi thật nhanh ra khỏi cửa nhà cô bé.

- Chú! Xin đợi cháu một lát.Tiếng cô bé chạy đuổi theo ngay sau lưng Ngạc.

- Tạm biệt cô bé hẹn gặp lại sau.

- Cháu xin chú đừng làm như vậy.

Ngạc cắm đầu bước nhanh như chạy ra cửa, đuổi theo sau là tiếng cô bé hòa lẫn trong tiếng vở vụn từ con heo đất, gieo vào hồn anh một thứ âm thanh nghe lạ lẫm, gợi mở tâm hồn người nghệ sĩ sự thăng hoa bên sự sáng tạo. . .

MINH NGUYỄN

KHẾ IÊM
THỬ VẼ PHÁC CHÂN DUNG MỘT THI SỸ

Thở dồn dập phôi pha xưa mắt rối
Gió rêu
Ngày siết nhớ nụ cười đáy hồ tắt
Nắng hú
Khỏa thân người
Nhả thân trôi
Lời xẫm xanh lời
Hoài hủy nói
Khói ngốc nghếch đùa điên môi mưa
Sần sùi thổi
Ngồi man mác rong
Thuốc lá cà phê và thi sĩ.

TỰ CA
Mở mắt
Nhấp nháy nghi, hồn nhiên
Rơi trên thềm, ruộng đồng chảy mật
Chưa bao giờ nước và đất thành bùn
Chưa bao giờ điêu linh là mộng
Ta khởi từ đời có thật
Chạy đi rồi về gió tất tưởi
Chiều xa chôn hờ thây ngoài non
Đợi nhau từng giờ bướm thổn thức
Dừng lại con quay quẻ may rủi
Dắt tay bước qua cầu nước mắt
Thở dài
Cười
Tiếng hùng hổ
Nhè nhẹ rừng lời buông bông lơn
Nhát cuốc

Cỏ, hẳn nhiên chết
Cho nhanh ngày mầm héo xơ xác
Vay trả ngàn kiếp muôn biến đổi
Ta ca thiêm thiếp quê mùa thơm

GỬI LÃO TỬ

Thong dong về non xanh
Ngày hư hơi gió lành
Quán không lòng mong tưởng
Một chòm mây mai danh

NGHE ĐÀN

Gánh về
một quải nắng trong
Chiều ra
hít thở
cho lòng trống trơn
Thoảng đâu
có một tiếng đờn
Nghe qua ngờ ngợ
cái hờn
thâm u

Ngoài trăng gió bãi
thổi vù
Thấy ma trên núi
ngồi tu
quặn lời
Kinh xưa một lá
tờ rơi
Trăm năm hỏi giấc
mộng người

KHẾ IÊM

PHẠM QUỐC BẢO

Khó Sống 0924

Sắc màu của cuộc sống

Từ bốn năm nay, cá nhân tôi đã thực sự về hưu, không còn phải cứ vội vã chuẩn bị đi làm nữa, nhưng thời khóa biểu mỗi ngày nếu liếc phớt qua thì xem ra chẳng hề thay đổi bao nhiêu: Vẫn ít nhất ngồi trước cái laptop 2 -3 lần để xem tin tức - trả lời emails bằng hữu, góp ý hay điều chỉnh những gì thân hữu gửi tới yêu cầu và, cuối cùng, tự viết xuống để lưu lại những gì đang quẩn thảo bấn bíu trong tâm trí của chính mình.

Tuy nhiên, mỗi lần như thế tôi chỉ có thể ngồi yên được thường ra một tiếng hoặc tiếng rưỡi là cùng. Sau đó là phải đứng dậy ra hàng hiên ngó mông trời trăng - ra vườn rộng độ trên một thước quanh nhà - cắt cành cây, nhặt lá, tưới bón mấy luống rau - những hàng cây cảnh...Cụ thể nhất là vào dịp cuối hè sang thu năm nay, thời tiết đột nóng rẫy kéo dài trên một tuần lễ, tôi luôn ngóng xem có làn gió nào thoảng qua quanh đây hay không - hoặc lắng nghe xem tiếng chim nào hót đâu đấy chăng...

Như vậy, thực ra xét kỹ thì luôn có những chi tiết lặt vặt, bắt tôi phải chú ý và tìm cách giải tỏa.

**** Sống khó ?***

Chẳng hạn từ mấy tháng đầu năm nay có mấy hiện tượng như thỉnh thoảng một vài con gián tự nhiên xuất hiện bất ngờ, hoặc cái sàn gỗ dưới lớp thảm ngoài hiên nghe ọp ẹp khi có bước chân mình đi qua , (theo kinh nghiệm cho biết) nghĩa là mọt đã sinh sôi thêm nhiều và hoạt động khá nguy hiểm ...Đấy là những dấu hiệu báo rằng cũng đã gần 10 năm rồi, căn mobile home nhà tôi hiện cư ngụ đang cần được một lần trùm mối nữa rồi.

Đầu tháng Tám vừa qua, người của hãng chuyên chùm mối đến trao đổi một số chi tiết chuyên môn cần thiết để chuẩn bị cho công tác này: Trước khi thanh sát cái sàn nhà xem có thực sự cần sửa chữa nào không thì phải trừ mối đã. Mà muốn thực hiện trừ mối thì phải bỏ công tỷ mỷ gói ghém mọi thứ trong nhà, nhất là các vật dụng bát đĩa ly tách và tất cả các thứ đồ ăn thức uống trong tủ lạnh cần phải bỏ hết vào bao bọc kín kỹ lại, rồi phải rời nhà đi ở tạm chỗ khác ít nhất là 2-3 ngày... Cuối cùng tốn kém áng chừng đổ đồng trên hai đến ba ngàn đồng trung bình một lần trùm mối cho căn nhà có diện tích chừng trên dưới ngàn hai thước anh vuông (square feet; sq ft).

Tốn kém chung như vậy, nếu có chuẩn bị trước thì cũng chẳng thành vấn đề gì. Nhưng khi thật sự bắt tay vào việc, những khó khăn mới bắt đầu ló dạng:

Để chuẩn bị giọn dẹp nhà cửa theo đúng tiêu chuẩn đề ra trước khi nhóm chuyên viên đến làm công việc trùm diệt mối - dán- kiến.. trong nhà, vợ chồng tôi đã phải cật lực, làm từ sáng tới chiều tối, suốt cả một tuần lễ mới xong! Rồi sau hai ngày vắng nhà, khi nhóm chuyên viên trùm mối rỡ bỏ đồ nghề và trả lại căn nhà, vợ chồng chúng tôi trở về thì hết sức ngao ngán nhìn quanh cảnh bừa bộn, từ nhà xe - ra đến hàng hiên - vào tới từng phòng trong nhà, chỗ nào cũng ngổn ngang cả!

Thế là vợ chồng lại căng sức tháo gỡ từng cái bao ny lông khổng lồ ra, lau rửa từng ngăn từng hộc trong từng phòng ốc, nhất là nhà bếp. Rồi phải đợi cho các tủ các hộc khô ráo mới có thể đem đồ đạc - bát đĩa - ly chén xếp vào y như trước đó... Nhất là cái tủ lạnh, riêng việc cọ rửa rồi để cho khô ráo thì mới có thể sắp xếp đồ ăn thức uống vào lại, tốn cả ba ngày rưỡi...

Vừa làm việc, hai vợ chồng vừa nhớ lại: Lần trùm mối trước đây độ mười năm, sao mà hồi ấy cũng chỉ trần xì có vợ chồng mình thôi thế mà xoay trở nhẹ nhàng êm ru, không hề để lại một khó khăn trắc trở nào ghi đậm dấu ấn trong ký ức đến độ phải nhớ tới bây giờ! Còn hiện nay..sao phải cực đến thế này.

Xét vào chi tiết, mới lần lượt những khác biệt bắt đầu xuất hiện:

- Lần trùm mối trước cách đây mười năm, lúc ấy vợ chồng tôi mới có trên dưới bẩy mươi. Bắt tay vào làm cái gì cũng rụp rụp, một cách gọn ơ, dường như tổng cộng độ chừng trong vòng trên một tuần lễ là hoàn tất.

- Còn hiện nay, vợ chồng chúng tôi đã trên tám mươi cả,

làm cái gì cũng ỳ ạch chậm rì, rồi quên trước quên sau. Hơn nữa, mới bắt tay vào việc bất cứ thứ gì được trên một tiếng đồng hồ là đã có cảm giác rã rời tay chân - hoa mắt tới độ muốn làm tiếp cũng chẳng được, phải nghỉ cho ổn định nhịp thở đã.

- Và thời gian xếp sắp đồ đạc trước để người ta trùm mối nhà, vợ chồng tôi cả hai cùng nhau ỳ ạch khiêng dọn - bỏ vào những bao ny lông bít kín miệng bao lại ..phải mất tới trên một tuần. Rồi khi xong vụ trùm mối, trả tiền công, lại cũng hai vợ chồng trần xì loay hoay lần lượt bung những bao ny lông ra, xếp những thứ lại vào những hộc - tủ - phòng ốc, đâu vào đó đúng nơi chốn như cũ, đã phải kéo dài mất tới trên một tháng trời rị mọ, mệt muốn đứt từng chập!

Hai lần trùm mối nhà cách nhau trên dưới mười năm, mà cũng chỉ có riêng vợ chồng tôi cáng đáng công đoạn dọn dẹp : Ngoài sự kiện có thêm đồ đạc chất vào trong mười năm nay thì bây giờ nhân dịp này, loại bỏ đi một mớ không thiết dụng nữa, như vậy thì lòi ra nguyên nhân rõ rệt là vì cả hai vợ chồng tôi lớn tuổi nên sức vóc chẳng còn được như xưa nữa!

*** Ứng biến.**

Chưa hết chuyện đâu nghen.

Tường mái lâu rồi bụi bám đầy quanh nhà, bắt buộc phải nghĩ đến chuyện ít nhất là xịt vòi nước cho sạch, và nơi nào sét rỉ quá thì phải sơn sửa lại...

Những công việc này trước đây riêng với cá nhân tôi cũng đủ rị mọ mà tự làm lấy thì riết rồi cũng xong; nhưng bây giờ sức lực giảm sút trông thấy, bắt buộc phải thuê các nhóm thợ thực hiện giúp...

Nói chi việc lớn lao nào khác, nội hiện tượng mấy cái vòi nước lắp đặt sẵn quanh nhà đa phần đã cũ quá hạn nên chúng cứ âm thầm rò rỉ khắp lượt! Nếu dư dả thì a lê hấp, rất đơn giản là thuê người tới sửa - thay mới hết lại , từ ống chạy ngầm dưới sàn nhà tới những vòi nước tưới. Nhưng khổ nỗi ngân khoản hưu trí vợ chồng tôi khá eo hẹp, bắt buộc mình phải kiếm cách trì hoãn ý định là bất cứ việc gì cũng thuê mướn người làm.

Vì thế, trong khi đợi đến lúc gom đủ chi phí, tôi tạm thời

kiếm mấy cuộn ống nước cũ còn để dành gắn vào, cho chúng cứ tự do chẩy ri rỉ ra những cái chậu - rồi hằng ngày, sáng một lần - chiều một lượt, ra múc từng bình đi tưới vào gốc những hàng cây - những chậu hoa bầy la liệt quanh nhà, nhiều nhất là trên hàng hiên phía trước.

Ban đầu phải làm thêm việc như thế thì rõ rệt là có cảm giác bó buộc bấn bíu, nhưng chỉ sau vài ngày cố gắng chịu khó bỏ ra mươi mười lăm phút làm thêm công việc tưới tiêu này thì tự tôi thấy cứ vừa nhẹ nhàng vừa thong thả nhẩn nha hoạt động. Rồi tôi lại lẩn thẩn suy diễn:

- Tiếp tục như vậy thì chẳng khác nào chịu khó bỏ ra thêm độ nửa tiếng vận động mỗi ngày thoải mái, cộng vào với thời gian thường xuyên gần một tiếng đồng hồ thể dục hằng ngày, vốn đã từng được tôi thực hiện cả trên bốn chục năm nay!

- Hơn nữa, tính vào chi tiết, mỗi ngày có 24 tiếng đồng hồ thì ngủ độ 7 hay 8 tiếng, trước kia còn đi làm thì 8 tiếng mà bây giờ chỉ còn lại vài ba tiếng ngồi vào bàn tại nhà 'ôm' cái laptop thôi, thể dục chỉ có trên dưới một tiếng nữa .. Thế ra hằng ngày bây giờ mình vận động như thế là khá ' khiêm nhường' đấy nhé!

Phân tích vào chi tiết như vậy, mới thấy rõ là thực hành biện pháp trì hoãn tạm thời ấy xem ra thật sự " nhất cử lưỡng tiện", chẳng những đáp ứng phù hợp với tình trạng ngân sách gia đình mà còn tăng phần tiện lợi cho sức khỏe của một anh già xưa nay chỉ quen thích lười biếng như tôi!

Suy đi tính lại, tôi nghiệm ra rằng làm như " cái khó nó ló cái khôn" hay sao... Ấy. Cũng phải diễn tả một cách chính xác và trung thực nhất: Trình trạng khó khăn vừa trình bầy như trên thật sự có khiến tôi tìm ra được cách giải tỏa ổn thỏa hay chăng, thì hiện giờ chưa đủ yếu tố khẳng định, nhưng rõ là đang diễn tiến tạm thời êm thắm đấy.

**** Chợt vui.***

Lịch sinh hoạt hằng ngày đang phải lu bu với ba cái chuyện việc nhà đại khái như kể trên, thì chiều thứ sáu 20 tháng Chín 2024, mở laptop ra tôi bắt được email của Vương Trùng Dương trích từ facebook của Nguyễn Bá Trạc cho biết nội dung sự kiện cuối tháng tám vừa qua: Đỗ Quí Toàn đã sang Phần Lan thăm Nguyễn Bá Trạc rồi cả hai lại lôi kéo nhau sang Thụy Điển thăm Trần Dạ Từ - Nhã Ca.

Đọc được tin trên, tôi lại còn được xem cả hình ảnh kỷ niệm của họ nữa:

Tôi liền hứng khởi viết email cho Vương Trùng Dương, có đoạn:

> "Nhờ có email của Vương Trùng Dương, tôi biết được rằng Đỗ Quí Toàn - Nguyễn Bá Trạc - Trần Dạ Từ - Nhã Ca vừa có dịp gặp mặt nhau hàn huyên ở bên Bắc Âu. Tin và hình ảnh này khiến cá nhân tôi tâm tư xốn xang (...) Cảm tạ các bạn ta. Cảm tạ Chúa - Phật - Trời. Cảm tạ đời sống.

Đã cho tôi chợt sống động, sau nhiều năm tháng qua phải chứng kiến bạn hữu bỏ ra đi quá nhiều."

*** PHẠM QUỐC BẢO**

Danh ngôn

Ôi! Có biết bao nỗi thống khổ nằm trong cái vòng nhẫn cưới nhỏ xíu.
Oh! how many torments lie in the small circle of a wedding ring.

Colley Cibber

Chỉ có hai thứ đáng theo đuổi, nhạc hay và lương tâm trong sạch.
There are only two things worth aiming for, good music and a clean conscience.

Paul Hindemith

(1895 - 1963) Nhà soạn nhạc, nhạc sĩ violin và chỉ huy giàn nhạc người Đức.

LÊ HỮU MINH TOÁN.

DÁNG XUÂN XƯA

Xuân đuổi đông về với vũng đêm
Bình minh duyên dáng phơi sương mềm
Mặt trời bừng nở chân trời mở
Sóng biển ngoan hiền say ngủ yên

Hoa xuân rạng rỡ nằm hong nắng
Chơi giữa ngày xuân tắm má hồng
Đàn én ngất ngây hương gió thoảng
Nhảy múa hòa ca khúc nhạc Xuân

Mưa Xuân cùng trời đất giao hòa
Tháng giêng ngọc bích hạt sương sa
Cỏ non vờn nhẹ hồn xanh biếc
Từng cung đàn ngọt lịm lời ca

Đàn trẻ tung tăng khắp xóm thôn
Khỏe màu áo mới đẹp xuân nồng
Những cô thôn nữ mơ duyên thắm
Náo nức lên chùa hái lộc xuân

Tình xuân tri kỷ say chưa phỉ
Chúc nhau nâng chén cạn chén đầy
Bếp lửa bập bồng reo điệu lý
Khói pháo vờn bay mây trắng bay

Hương xuân e ấp cành mai chín
Lúa xuân ngào ngạt nụ vàng tươi
Người người hớn hở vui Xuân đến
Xuân của quê hương của cuộc đời

@ LÊ HỮU MINH TOÁN.

NGÃ PHƯƠNG HUYỀN

Muốn trở thành Nhà Phê Bình Và Biên Khảo Văn Học phải cần có những yếu tố quan trọng nào??

***

Để trở thành một nhà phê bình văn học, cần có những yếu tố quan trọng sau:

Kiến thức sâu rộng về văn học:
Hiểu biết về lịch sử văn học, các trường phái, thể loại và tác giả quan trọng.
Khả năng phân tích và đánh giá:
Có khả năng phân tích cấu trúc, nội dung, phong cách và ngôn ngữ của tác phẩm văn học một cách chi tiết và sâu sắc.
Kỹ năng viết:
Biết diễn đạt ý tưởng một cách rõ ràng, mạch lạc và hấp dẫn để thu hút và thuyết phục người đọc.
Tư duy phản biện:
Khả năng nhìn nhận vấn đề từ nhiều góc độ khác nhau và đưa ra nhận xét, đánh giá công bằng và khách quan.
Đọc nhiều:
Thường xuyên đọc nhiều tác phẩm từ các thời kỳ, thể loại và nền văn hóa khác nhau để có cái nhìn toàn diện và sâu sắc.
Hiểu biết về lý thuyết văn học:
Nắm vững các lý thuyết văn học hiện đại và cổ điển để áp dụng vào phân tích và đánh giá tác phẩm.
Khả năng **giao tiếp và truyền đạt:**
Biết cách thảo luận, tranh luận và truyền đạt ý kiến của mình một cách thuyết phục.
Đam mê và kiên nhẫn:
Yêu thích văn học và kiên trì theo đuổi nghiên cứu, phân tích và viết phê bình.
=
Kinh nghiệm sống và hiểu biết xã hội:
Hiểu biết về các vấn đề xã hội, văn hóa và lịch sử để có thể

đặt tác phẩm văn học trong ngữ cảnh rộng lớn hơn.

TÍNH KHÁCH QUAN VÀ CÔNG BẰNG:

Tránh thiên vị và đánh giá tác phẩm dựa trên giá trị thực của nó.

Gia nhập cộng đồng văn học:
Tham gia các cộng đồng văn học, nhóm nghiên cứu, và diễn đàn thường xuyên để học hỏi, câùi tiến và phát triển.

Phát triển những yếu tố này sẽ giúp bạn trở thành một nhà phê bình văn học có uy tín và ảnh hưởng trong làng văn học.

Để trở thành nhà biên khảo, phải hội đủ những yếu tố quan trọng nào nhất?

Để trở thành một nhà biên khảo xuất sắc, người ta cần hội đủ một số yếu tố quan trọng sau đây:

1. Kiến thức chuyên sâu

Chuyên môn vững chắc: Một nhà biên khảo cần có nền tảng kiến thức sâu rộng trong lĩnh vực mình nghiên cứu. Điều này bao gồm không chỉ nắm vững các lý thuyết, quan điểm và phương pháp nghiên cứu, mà còn phải cập nhật thường xuyên với những tiến bộ mới nhất trong lĩnh vực.

Hiểu biết liên ngành: Đôi khi, việc kết hợp kiến thức từ các lĩnh vực khác nhau sẽ giúp tạo ra những phân tích sắc bén và toàn diện hơn.

2. Kỹ năng nghiên cứu

Khả năng tìm kiếm và xử lý thông tin: Nhà biên khảo phải thành thạo trong việc thu thập tài liệu, phân tích và tổng hợp thông tin từ nhiều nguồn khác nhau. Điều này đòi hỏi khả năng đọc hiểu, chọn lọc và đánh giá thông tin một cách khách quan và chính xác.

Phương pháp nghiên cứu khoa học: Sử dụng các phương

pháp nghiên cứu khoa học một cách chính xác để đảm bảo rằng các kết luận và nhận định của mình có cơ sở và độ tin cậy cao.

3. Tư duy phản biện

Phân tích và đánh giá: Tư duy phản biện là khả năng phân tích các lập luận, đánh giá tính hợp lý và cơ sở của các quan điểm khác nhau. Điều này giúp nhà biên khảo tránh bị ảnh hưởng bởi các thiên kiến hoặc lập luận thiếu căn cứ.

Đặt câu hỏi: Luôn đặt câu hỏi về tính chính xác, tính nhất quán và tính logic của các thông tin, dữ liệu, và lập luận mà mình thu thập được

4. Kỹ năng viết lách

Rõ ràng và súc tích: Một nhà biên khảo cần có khả năng viết lách tốt, diễn đạt ý tưởng một cách rõ ràng, mạch lạc và có sức thuyết phục. Việc viết lách tốt giúp truyền đạt những phân tích và kết luận của mình đến độc giả một cách hiệu quả.

Cấu trúc bài viết: Bài viết biên khảo cần có cấu trúc logic, dễ theo dõi, với các luận điểm được trình bày mạch lạc, có dẫn chứng và lập luận thuyết phục.

5. Sự kiên trì và chăm chỉ

Công việc tỉ mỉ: Biên khảo là công việc đòi hỏi sự tỉ mỉ, kiên nhẫn và thời gian. Nhà biên khảo phải sẵn sàng dành nhiều thời gian để nghiên cứu, chỉnh sửa và hoàn thiện tác phẩm của mình.

Kiên định: Việc nghiên cứu đôi khi gặp phải những trở ngại, nhưng một nhà biên khảo thành công cần có lòng kiên định để vượt qua các khó khăn và tiếp tục công việc.

6. Đạo đức nghề nghiệp

Trung thực và khách quan: Nhà biên khảo phải luôn duy trì sự trung thực trong việc sử dụng và trình bày thông tin. Tránh việc xuyên tạc hoặc làm sai lệch thông tin để phục vụ mục đích cá nhân.

Tôn trọng quyền tác giả: Luôn trích dẫn nguồn tài liệu chính xác và đầy đủ, tránh sao chép hoặc sử dụng tài liệu của người khác mà không ghi rõ nguồn gốc.

7. Khả năng liên lạc và hợp tác

Mạng lưới học thuật: Khả năng liên kết và hợp tác với các đồng nghiệp, nhà nghiên cứu khác trong lĩnh vực là rất quan trọng. Điều này không chỉ giúp mở rộng kiến thức mà còn tạo ra những cơ hội mới trong nghiên cứu.

Giao tiếp: Khả năng giao tiếp tốt giúp nhà biên khảo chia sẻ và thảo luận các ý tưởng với cộng đồng học thuật, cũng như trình bày kết quả nghiên cứu trước công chúng một cách hiệu quả.

8. Đam mê và sáng tạo

Đam mê nghiên cứu: Sự đam mê với chủ đề nghiên cứu là nguồn động lực chính giúp nhà biên khảo vượt qua những thách thức và khó khăn trong quá trình làm việc.

Sáng tạo trong phương pháp và cách tiếp cận: Luôn tìm kiếm những cách tiếp cận mới, sáng tạo trong việc giải quyết các vấn đề, điều này giúp tạo ra những đóng góp có giá trị và mang tính đột phá cho lĩnh vực nghiên cứu.

Tóm lại:

Trở thành một nhà biên khảo không chỉ đòi hỏi kiến thức chuyên môn mà còn cần các kỹ năng nghiên cứu, tư duy phản biện, kỹ năng viết lách, sự kiên trì, đạo đức nghề nghiệp và đam mê sáng tạo. Những yếu tố này kết hợp lại sẽ giúp nhà biên khảo tạo ra những tác phẩm có giá trị cao, góp phần vào sự phát triển của lĩnh vực nghiên cứu mà họ theo đuổi.

NGÃ PHƯƠNG HUYỀN

NGUYỄN HÒA -TRƯỚC
Thương con nhện nhỏ ngủ đông

Ghé thăm cô n nhỏ;
thân treo lửng
vách trời xây bén gót
tai bung trống
mắt lưu ly
nắng mở lâm viên nắp dậy thì
đồi cù cắn nước hồ tiêm ẩm.

Ước ao là gia chủ
cô nhện đỏ
vô ưu ngủ vùi
mạng bùa bát quái ngăn sương muối;
ta, bạn vong niên tựa ghế thở gấp chưa kịp hoàn hồn hai bầu không gian vân vụ
về đây ngồi ngó thời gian trong chấm cánh ve sầu nhu nhú
du du lưới nỏ đong đưa;

chân nhang đèn mảnh khảnh
bé ong ruồi lẻn hút nhụy bông trang
phấn vấy lên nàng;

tờ sách gió quất sát sạt vướng thoi võng nằm ngửa bụng
bão giông trở mùa xuống phố rưới rối cư xá học trò thưa thớt vãng lai
tàng ô bán nguyệt túm tụm mái hạnh phúc hai ta bồng bế chia chỗ với phiên mưa diệu vợi
bịn rịn ảnh chiếu cát dát mỏng kẹo gương
đường môi đi lại lúng túng cấn mụn dâu ướp cất men tươi phẩm đông nào xưa đâu đã cũ.
Bắc thang tỉa xong cành lòa xòa ngơi tay quạt nan lấy lệ khoảng nửa lát
con thuyền mộc chèo buộc mái vọng nguyệt lau sậy khoắng

cá trắm cỏ đầm sen
nhúm trà lá hái đỉnh đèo làng quê ngậm nước thơm rười rượi.
*
Khu vườn trồng mỗi giống đào phai đào bích
thành quả lao động nửa tiểu đội trai gái cùng trường cùng lớp
(những khuôn mặt tươi cười rạng rỡ đang tuyệt vời lung linh trên những tờ lịch bóc
những đệ huynh chí cốt tình nguyện khai quang chờ đón ta trên dặm đường mới đã gọt nhuần
gai góc)
nhiều cuối tuần du khảo vác cuốc xẻng vào tận pongour gougah hun hút thác thiêng
vái van xin thần rừng vua suối chiêng cồng đập rộn
cút rượu ngô dâng tấm lòng bái ngưỡng
nhổ cật lực áo tả tóc tơi
làng bản thượng.

Khí sáng nhẹ lững bước êm còn sợ ngã
thảm trải hơi thi thố bài khinh công.
*
Khá áo não lúc chiêm bái lõi nhân thể đương đà chín tới
luống xác phần chen chúc mỡ cày tủy xương
nang hồng vắt cầu hô hấp gân ngoằn ngoèo râm ran sông rạch;
gối chi li trĩu mộng giả vờ quên gióng tiếng leng keng thao thức
giữa hai cột yên hàn cặm một khối chông chênh;
mảnh đắp đêm mịn màng nhờ mượn bụi lấm bơ vơ vì sao muộn.
Con chim gõ hoài (tội nghiệp!) đợi lùa được kiến
chọc đến cả trăm hoắm sâu lỗ vương miện
thiếu bữa lót lòng chim quay sang ngắm cụ thông đang dẻo múa theo đàn bướm trẻ.
Lạc hứng thất thểu cứ lả lơi là phô ngay cái vụng ngây

chữ nghĩa tình thi từ dạo trổ mã đâm thói đa ương ngạnh
leng keng những lúc ta xếp bằng lâm râm câu nguyện chú
ái ân nực nồng trói tro vàng siêu sinh tịnh độ
bách tuế khổ tu yêu nữ đã ung dung mặc lốt mỹ nhân.
*
Em trầm bổng sơn khê tuổi đời vô chung vô thủy
bưng mắt ta cây người nâng nấng thịt da khuy cài trễ nải
nhũ nặn sữa ngà nỉ non viên sỏi ta nhem nhép nối kiếp đu meo bám hờ sườn vực
háo hức khai quật bức tượng em nhận chơi trò khảo cổ nhập môn thử thách
thăng thiên mùi vị của hôi hổi lệch xô khi cửa ngoài xe nai tuần tự kéo tuyết;
quẫn vía tháo quả tim vào lò ninh kỹ kẻo mai rồi phải lần kinh sám hối giờ hóa thạch.
*
Nhốt kín ả khiêm nhường vốn chỉ phá hỏng mũi kim thêu khúc vải màu lấp lánh:
ta vừa chiến thắng một con dốc
cao tầm một ván cầu đóng trệch
dài một phần ba đêm nằm mai phục
bằng sải tay cơn thèm mắt khóc
mấp mô địa thổ xoay lông lốc.

Chui xếp vó (vì) con nhện ngưng buông tơ
móc chặt kẻo nhào xuống dễ nhầm nhành củi mục.
Bé ong ruồi vi vo khoái sướng
xun xoe nhấc mời đôn mây lão trượng
gọi cả phu thê tử tất tả chào ra
mời cô xuân còn đang thẹn ngượng
mật ủ dưỡng bồi hương tinh tuyệt
thịnh soạn tiệc bày thết đãi ta
khách hàng khan hiếm thời đệ nhất nguyên đại chuộng bình ngâm cổ thuyết.

NGUYỄN HÒA - TRƯỚC - *12-2024*

HÀ NGUYÊN DU

Đôi lời nhận định, phân tích và bình về bài thơ của Nhà thơ Đức Phổ:

"Phấn Nhụy Thấm Đời Sau"

- "Sự Hồi Sinh Từ Tro Tàn của Thơ Ca và Ký Ức"

ĐỨC PHỔ

PHẤN NHỤY THẤM ĐỜI SAU

Vết đạn cài xuyên tâm năm ấy
nay vẫn chưa lành chưa thể đơm da.
Thời gian bôi thuốc như thoa mỡ
lên những mạch đời đã rách toang.

Thì vá vào nhau từng tạm bợ
những ngày sống chết thiết thân ơi!
Mắt mở trừng như không thể chết
bởi bốn phương huynh đệ thật gần.

Buổi loạn ly hề, xương phơi máu đổ
bừng cơn phẫn nộ nhìn ra nhau.
(Anh em mấy đứa không què quặt
thì cũng tang thương nửa phận người!)

Chỗ đất Mẹ sinh ngày cắt rốn
đến khi đời rụng chỉ mong yên!
(Mấy kẻ đầu truông người cuối chợ
đường về xuôi nặng gánh ưu phiền!)

Thử vạch đường trăng tìm thử mộng
chia nhau phấn nhụy thấm đời sau.
Chút tương lai mỏng như sợi chỉ

hãy nương tay giữ chút mơ mòng!

Giữa biển lắm khi còn êm sóng
đường thế gian con tạo gập ghềnh.
Mới thấy biển lòng còn cay mặn
hơn trăm con nước đổi thay màu!

Qua đèo thấy núi thấp bằng đất
há dễ leo cao là thấy đời!
T hử rủ nhau leo trèo tuổi nhỏ
hái chùm thơ dại sắm trò chơi!

Như bữa gió về không định được
phương hướng mịt mùng hồn chơi vơi.
Vẫn biết đất trời đâu cũng vậy
mà với người lâu thế vẫn chưa thân.

Buổi gặp đây lòng giấy đã rách toang
khi hồn giấy còn không chữ viết.
Trang sử cũ hiện về như sự thật
giữa bao tình chung đụng với hoang mang!

Hãy vá giùm nhau điều loang vỡ
bao vết cài bom đạn sẽ đơm da.
Có khi mắt nhắm hồn bất tử
là lúc đời thương buổi hẹn về!

Phân tích và bình bài thơ ***Phấn Nhụy Thấm Đời Sau*** của Đức Phổ là một hành trình đi sâu vào những lớp nghĩa đan xen giữa hiện thực đau thương và khát vọng phục hồi, chuyển tải qua hình ảnh mạnh mẽ và đầy xúc cảm.

Bài thơ sử dụng nhiều biểu tượng, nhịp điệu tự do, và phong cách bi tráng để khắc họa nỗi đau cá nhân hòa chung số phận dân tộc.

Dưới đây là phân tích từng phần:
***1. Mở đầu:**
" Vết thương thời gian và sự giằng xé hiện thực*

> *"*Vết đạn cài xuyên tâm năm ấy*
nay vẫn chưa lành chưa thể đơm da."*

Bài thơ bắt đầu với một hình ảnh vết thương mang tính biểu tượng, không chỉ ám chỉ chiến tranh mà còn là vết đau không bao giờ nguôi của lịch sử, ký ức tập thể. Thời gian *"bôi thuốc như thoa mỡ"* nhưng không chữa lành, thể hiện sự bất lực trước nỗi đau kéo dài. Tác giả tạo nên cảm giác thời gian trôi qua như một dòng sông trơ trọi trước những mất mát không được chữa lành.

- ***Ý nghĩa văn học***:
Câu thơ mang cảm giác trơ lì của một vết đau vừa cá nhân vừa chung, tạo không khí đau thương mang tính sử thi.

2. Giai đoạn sống tạm bợ và tình anh em

> *"*Thì vá vào nhau từng tạm bợ*
những ngày sống chết thiết thân ơi!"*

Ở đây, ***"vá vào nhau"*** vừa mang ý nghĩa sự gắn kết giữa những người cùng cảnh ngộ, vừa nhấn mạnh sự tạm bợ, mong manh của kiếp sống trong loạn lạc. Tình huynh đệ được thể hiện như một ánh sáng nhỏ bé giữa bóng tối chiến tranh.-
Nhận xét nghệ thuật:
Cấu trúc *"vá vào nhau"* là phép nhân hóa đầy sáng tạo, gợi lên hình ảnh những người sống sót nương tựa vào nhau, bất chấp hiểm họa xung quanh.

3. Thực tại nghiệt ngã
> *"*Anh em mấy đứa không què quặt*
thì cũng tang thương nửa phận người!"*

Hai câu thơ phác họa hậu quả chiến tranh trực diện nhưng vẫn giữ sự kín đáo của uyển ngữ. Hậu quả không chỉ là cơ thể tàn phế mà còn là tinh thần, giấc mơ và nhân tính bị đập nát.

- *Điểm nổi nghệ thuật*:
Cách tác giả sử dụng ngôn từ bình dị nhưng sắc bén tạo hiệu ứng mạnh, phản ánh cả nỗi đau và sự bất lực của một thế hệ.

4. Tìm kiếm hy vọng trong mộng tưởng

> *"Thử vạch đường trăng tìm thử mộng
chia nhau phấn nhụy thấm đời sau."*

Phần này mở ra một tầm nhìn khác – hy vọng và sự phục sinh. "*Đường trăng*" gợi hình ảnh thanh thoát, mộng mơ, tương phản với hiện thực cay nghiệt. Cụm từ "phấn nhụy thấm đời sau" là ẩn dụ sâu sắc cho sự tái sinh và trao lại giá trị cho thế hệ sau

.- *Ý nghĩa triết lý*:
Câu thơ kêu gọi sự đoàn kết và hy sinh, gợi nhớ đến những hành động nhỏ nhưng có ý nghĩa lớn lao trong việc bảo tồn tương lai.

5. Biển đời và sự gập ghềnh của nhân thế

> *"Giữa biển lắm khi còn êm sóng
đường thế gian con tạo gập ghềnh."*

Tác giả đưa độc giả trở lại thực tại qua hình ảnh con đường gập ghềnh, như một lời nhắc nhở rằng không có sự bình yên nào mãi mãi. Hình tượng "biển lòng còn cay mặn" là một phép so sánh sáng tạo, thể hiện sự đau đớn bên trong mà con người phải mang theo.

- *Điểm nổi nghệ thuật*:
Sự chuyển đổi giữa hình ảnh thiên nhiên và tâm lý nội tại

tạo chiều sâu cảm xúc.

6. Đỉnh điểm của hy vọng và tái sinh*

> * *"Hãy vá giùm nhau điều loang vỡ*
*bao vết cài bom đạn sẽ đơm da."**

Phần kết là lời kêu gọi gắn bó và chữa lành, nhưng không phải bằng cách quên đi nỗi đau, mà bằng cách đối diện và tái hiện từ đổ nát. Đây là đỉnh cao của tư tưởng thơ: sự bất lực của thời gian và chiến tranh.

- ***Tư tưởng nhân văn*:**

Lời thơ vừa là thông điệp vừa là cầu nối, không chỉ để nhớ mà còn để hành động vì một tương lai tốt đẹp hơn.

***Tóm lại:**
Tổng thể và nghệ thuật*

Bài thơ **Phấn Nhụy Thấm Đời Sau** kết hợp hài hòa giữa cảm xúc, hình tượng và triết lý, là một bản trường ca bi tráng về chiến tranh và hòa bình. Qua phân tích, có thể thấy bài thơ mang đậm tính nhân văn, vừa miêu tả nỗi đau cá nhân, vừa phản ánh sự đổ vỡ và hy vọng của cả một cộng đồng.

***Phân tích và bình hoàn chỉnh bài thơ**
Phấn Nhụy Thấm Đời Sau*

1. Tính sử thi và cảm xúc bi tráng

Bài thơ **Phấn Nhụy Thấm Đời Sau** của Đức Phổ mang âm hưởng sử thi kết hợp với phong cách trữ tình, tái hiện một bức tranh lịch sử đau thương nhưng giàu tính nhân văn. Mỗi câu thơ là một khắc họa tinh tế về chiến tranh và hậu quả, từ "*vết đạn cài xuyên tâm*" đến những hình ảnh như "*mắt mở trừng như không thể chết*". Đặc biệt, tác giả khéo léo gợi mở bằng các hình tượng như "*đường trăng*", "*phấn nhụy*" để truyền tải hy vọng tái sinh, làm dịu đi cái dữ dội của những mất mát.

Nhịp điệu:
Cách ngắt câu tự do tạo cảm giác bất định, nhấn mạnh tâm trạng hoang mang và khắc khoải.

- *Tư tưởng chính*:
Đây là bài thơ về sự hàn gắn, một lời kêu gọi vượt qua đau thương để xây dựng một tương lai tốt đẹp hơn.

2. Hình tượng thơ và thủ pháp nghệ thuật
Bài thơ sử dụng nhiều phép ẩn dụ sâu sắc:
- **"Phấn nhụy thấm đời sau"*** ***là hình ảnh tái sinh, biểu thị hy vọng và giá trị bền vững của những hy sinh.***

- * **"Biển lòng còn cay mặn"*** ***là phép so sánh tuyệt vời, thể hiện nỗi đau không thể xóa nhòa.***

Những thủ pháp như điệp ngữ, đối lập:
(ví dụ: *"mắt mở trừng"* và *"giữa bao tình chung đụng với hoang mang"*) góp phần làm tăng tính kịch tính và chiều sâu cho tác phẩm.

3. Tương quan với tác phẩm khác

*So sánh bài thơ ***Phấn Nhụy Thấm Đời Sau*** **của Đức Phổ và "Tiếng Nói" của Thanh Tâm Tuyền**

Mở đầu:
Vẻ đẹp hồi sinh và chiều sâu của ký ức
Thơ ca là nhịp cầu nối liền quá khứ và hiện tại, nơi ký ức được lưu giữ và tái sinh qua từng câu chữ. Trong hành trình khám phá những tác phẩm mang đậm tinh thần hồi sinh và sự tồn tại vượt thời gian, bài thơ ***"Phấn Nhụy Thấm Đời Sau"*** của **Đức Phổ** và ***"Tiếng Nói"*** của **Thanh Tâm Tuyền** nổi bật với những giá trị sâu sắc, dù ở hai bối cảnh sáng tác khác nhau. Cả hai bài thơ đều khắc họa sự giằng xé giữa nỗi đau và khát vọng, giữa mất mát và hy vọng, để từ đó tìm ra ý nghĩa sâu xa của sự sống.

1. Phân tích bài thơ *"Phấn Nhụy Thấm Đời Sau"* của Đức Phổ "Phấn Nhụy Thấm Đời Sau" là một bản giao hưởng trữ tình ca ngợi vẻ đẹp trường tồn của ký ức và tình yêu. Trong bài thơ, hình ảnh "phấn nhụy" không chỉ là biểu tượng của vẻ đẹp tự nhiên mà còn là ẩn dụ cho những giá trị tinh thần cao quý được lưu truyền qua thời gian. Đức Phổ viết:

Thử vạch đường trăng tìm thử mộng, chia nhau phấn nhụy thấm đời sau. Chút tương lai mỏng như sợi chỉ, hãy nương tay giữ chút mơ mòng!

Hình ảnh *"vạch đường trăng"* khác chi vạch tìm hay khơi lại đống "tro tàn" gợi lên ý niệm tái sinh, trong khi "phấn nhụy" là biểu tượng của sự lan tỏa và trường tồn. Thơ của Đức Phổ không chỉ tôn vinh vẻ đẹp mà còn là sự nhắc nhở về trách nhiệm của con người trong việc bảo tồn và phát huy giá trị di sản tinh thần.

2. Phân tích bài thơ *"Tiếng Nói"* của **Thanh Tâm Tuyền**

Khác với sự dịu dàng của *Đức Phổ, Thanh Tâm Tuyền* mang đến một hơi thở mãnh liệt, đau đớn nhưng đầy sức sống qua *"Tiếng Nói."* Bài thơ phản ánh tâm trạng giằng xé của người nghệ sĩ, giữa một thế giới đầy bất trắc:

"Tiếng nói, tiếng nói ai, ai khóc Lệ nào rơi thấm khô từng giấc mơ, Hồn tôi trôi, trôi giữa cõi không bờ, Lời muốn thốt mà tim nhòa vết cắt."

Ở đây, *"tiếng nói"* trở thành biểu tượng của ký ức và nỗi đau chưa được giải thoát. Thanh Tâm Tuyền vẽ nên bức tranh cô đơn, nơi "hồn tôi trôi" như sự mất phương hướng của con người trước thực tại, nhưng đồng thời là nỗ lực vươn lên từ nỗi đau để tìm kiếm một tiếng nói thực sự.

3. Tương quan giữa hai bài thơ

Điểm tương đồng:

Chủ đề tái sinh và ký ức: Cả hai bài thơ đều khai thác sâu sắc ý niệm hồi sinh từ đau thương. Đức Phổ tập trung vào sự hồi sinh tự nhiên và tinh thần ("*tro tàn hóa kiếp*"), còn Thanh Tâm Tuyền lại nhấn mạnh sự đấu tranh nội tâm ("lời muốn thốt mà tim nhòa vết cắt”).

Hình ảnh biểu tượng: Đức Phổ sử dụng hình ảnh “phấn nhụy” để đại diện cho vẻ đẹp bền bỉ, trong khi Thanh Tâm Tuyền dùng “tiếng nói” như biểu tượng cho khát vọng được tái sinh qua ngôn từ.

Điểm khác biệt:

Phong cách thể hiện: Đức Phổ viết với giọng thơ nhẹ nhàng, trầm lắng và giàu chất thiền. Ngược lại, Thanh Tâm Tuyền mang đến sự dữ dội, mãnh liệt và đầy những mâu thuẫn cảm xúc.

Không gian thơ:

Nếu không gian trong thơ Đức Phổ là sự gắn bó hài hòa giữa thiên nhiên và con người, thì Thanh Tâm Tuyền tạo nên một không gian cô lập, như tiếng vọng trong cõi lòng người nghệ sĩ.

4. Ý nghĩa nhân văn và giá trị nghệ thuật

Cả hai bài thơ đều để lại những giá trị nhân văn sâu sắc.

Đức Phổ nhắc nhở chúng ta về vẻ đẹp bền vững của ký ức và trách nhiệm truyền lại cho đời sau. Thanh Tâm Tuyền, với sự dữ dội của mình, khiến người đọc suy ngẫm về bản chất của nỗi đau và khả năng tái sinh từ những đổ vỡ nội tâm.

Tóm lại:

“Phấn Nhụy Thấm Đời Sau” của Đức Phổ và “Tiếng Nói” của Thanh Tâm Tuyền tuy khác biệt về phong cách nhưng đều khơi gợi những suy tư sâu sắc về ký ức, hồi sinh, và sự tồn tại vượt thời gian. Một bài thơ là bức tranh dịu dàng của tự nhiên và nhân sinh, bài thơ còn lại là tiếng hét mãnh liệt của tâm hồn. Sự tương phản này chính là điểm nhấn cho thấy sự đa dạng nhưng đồng thời cũng là sự giao thoa của thơ ca Việt Nam trong việc đi tìm ý nghĩa đời sống.

HÀ NGUYÊN DU
Dec 31/2024

VIÊN DUNG
KHANH KHÁCH CHỒI MAI

Lách tách bựt chồi
hoa bung cánh
xuân ngời sánh háo hức
vực níu mẹ, nưn nứt
bật đỏ, máu xuân thì
chim trời huyên thuyên
vào một ngày riêng không báo
em khóc, lạ
mẹ bảo: kinh kỳ
cả thảy: ửng một lòng xuân
tàn rơi vắng tiếng
ngẩng ý mới trồi
năm rồi cạn, đầy mới đơm
luân hồi, ngộ
chày kình mật nhịp ngân, con tạo vần xoay
ừ, con tạo vần xoay
mẹ dần cỗi, thừa xuân, con mỗi mới
xuân cười mới hay
vườn sau, chim hót đầu ngày
thềm năm mới, khanh khách chồi mai
áo hồng em thay

VIÊN DUNG
31122014

NGHĨA TÌNH QUÊ

Kết một màu, tình chưa đậu

tich xưa
tiếng cùng qua, bậu
phật lòng
luyến bóng bể dâu
anh xô tôi ngã
tóc râu thẹn bề

bóng lưng xúi quẩy tình quê !

giá đừng
bóng lưng chễm chệ
đừng khua tác nghiệp
phù mê
duyên sông núi kết
thẩm chê tấn tuồng

thì tình nghĩa thắm thiết vuông

VIÊN DUNG
30122024

PHAN HẠ DU
CHỈ LÀ GIẤC MƠ

Chỉ là giấc mơ thôi không về nữa
Em lại ngại đi, cũ đường mòn
Cành cong em sợ như cung nỏ
Đã xoá mờ rồi hết dấu son ...

Em sẽ cố quên ngày ấy nữa
Quặn lòng nhau chẳng tính thiệt hơn
Sương giăng và bao ngày mây phủ
Đã dạy cho em biết giận hờn

Em hiểu anh sẽ quên một thuở
Cúc vàng như nắng vẫn rộ hoa
Nhớ tà áo trắng run trong gió
Lá đổ chiều thu bay xót xa

NƯỚC MẮT

Nước mắt em còn mặn
Nỡ để bao giờ tan
Dẫu ngọt ngào nồng thắm
Canh bao nhiêu đêm tàn

Dằn lòng quên ngày tháng
Kỉ niệm tràn mặn môi
Tim mình như rạn vỡ
Thổn thức rung liên hồi

Nước mắt nào đã cạn
Thầm ước trong xa xôi
Cho em về ngày cũ
Có anh luôn bên đời

PHAN HẠ DU

CẢM NHẬN TÁC PHẨM

LƯƠNG THIẾU VĂN

NHÀ THƠ PHÙ HƯ, NGƯỜI NỬA THẾ KỶ NGẬM THẺ QUA SÔNG"

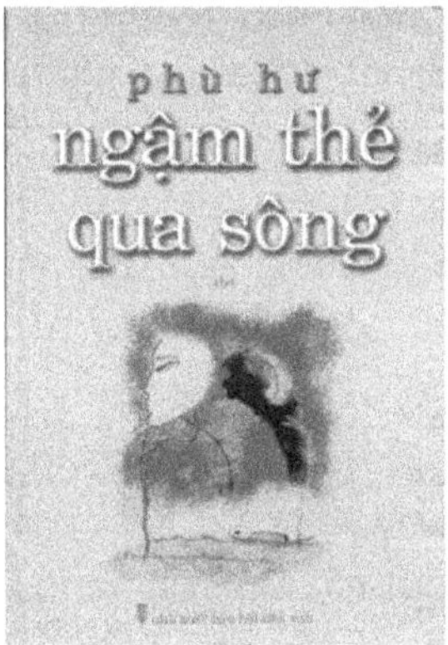

Nhà thơ Phù Hư, tên thật là Nguyễn Đắc Ngân, sinh ngày 17 tháng chạp năm Canh Dần(24/01/1951) tại Hải Dương. Lúc nhỏ sống ở Huế. Từ năm 1972 định cư ở Sài Gòn cho đến nay. Thơ đã đăng trên các báo Khởi hành, Văn, Thời tập, Đứng dậy, Mỹ thuật thời nay...

"Ngậm thẻ qua sông" xuất bản năm 2013 có lẽ là tập thơ duy nhất được xuất bản của anh.

*

Khoảng các năm 1972 đến 1975, sau Mùa hè đỏ lửa năm 1972, chiến sự miền Nam càng ngày càng khốc liệt. Các tác phẩm văn chương miền Nam lúc bấy giờ cũng không còn thờ ơ trước những diễn biến của thời sự. Các tờ báo văn chương mà tôi thường theo dõi và đọc như Khởi Hành, Thời Tập, Văn, Văn Học, Bách Khoa...đều có nhiều tác phẩm đề cập đến cuộc chiến đang lan rộng. Đa số những tác phẩm đề cập đến chiến tranh đều được viết từ các nhà văn, nhà thơ mặc áo lính vì chính họ là người trong cuộc, thở hơi thở của khói lửa chiến tranh. Tôi ngày ấy còn là sinh viên Đại học sư phạm nhưng yêu thích văn chương, các báo và tạp chí văn học tôi đều có đọc nhất là tạp chí Văn, lúc đó nhà văn Trần Phong Giao còn làm thư ký tòa soạn, ông đã lần lượt cho đăng hai bài thơ Biên Cương Hành của Phạm Ngọc Lư và Ngậm Thẻ Qua Sông của Phù Hư. Hồi ấy khi đọc hai bài thơ nầy tôi có cảm xúc không nói thành lời được, sự trầm uất và cảm giác không khí khói lửa chết chóc chiến tranh đang áp sát rất gần đến nơi mình ở hơn và trong suy nghĩ hai bài thơ nầy chắc chắn sẽ tạo nên cơn địa chấn trong lòng người yêu thơ, sẽ được nhiều người đọc nhắc dến và số phận của nó sẽ không bị lãng quên.

Quả thật, hai bài thơ Biên Cương Hành và Ngậm Thẻ Qua Sông sau nhiều thập kỷ đi qua, người yêu thơ vẫn nhớ và nhắc đến nó đi cùng với số phận của hai tác giả viết ra nó cũng đầy chông chênh chìm nổi. Phạm Ngọc Lư trôi dạt về Long Khánh độ nhật trong vai kẻ buôn dừa rồi cũng quay về Đà Nẵng sống cuộc sống buồn phiền cho đến khi mất, Còn Phù Hư có đở hơn một dạo làm kẻ buôn đồng nát "cao cấp" rồi chuyển sang làm tờ Mỹ thuật thời nay qua lời kể của nhà thơ Trần Dzạ Lữ:

"... Đến đầu thập niêm 80 tôi mới gặp lại Phù Hư ở quán cà phê anh Giáo nằm trên đường Lê Văn Sỹ. Anh Giáo là anh của thi sĩ Nguyễn Đình Toàn. Thời gian nầy xuất hiện nhiều tay văn nghệ sĩ như Ngô Tắc Tích, Kim Hoa Bà Bà, Y Vũ, Phù Hư, Nguyễn Ước, Sơn Quăn... Lúc nầy thì tôi ngất ngư vì phải đạp xe lên tận ruộng ở Tân Bình mua rau muống về cho vợ bán ở chợ THT. Đang gò lưng đạp thì Phù Hư gọi tôi: 'TDL, ghé uống cà phê đã rồi đi'. Tôi dừng xe, bước vào quán ngồi cạnh Phù Hư. Trước ly cà phê đen bốc khói, giọng anh trầm trầm: 'Làm rứa chi cho khổ hè? Theo mình buôn bán cái ni nì'. Phù Hư móc xâu đồ nghề đưa tôi xem rồi chỉ tôi cặn kẽ. Đây là nghề ve chai 'cao cấp' mà nhẹ nhàng. Tôi nhận ra nào đồng hồ mạ vàng, nào viết Parker, nào kính Pilot, nào đồng tiền nữ hoàng của Pháp bằng bạc thật. Tiếp thị xong, Phù Hư trả tiền cà phê rồi móc túi cho tôi 5 đồng bạc Bắc. Tôi trố mắt nhìn rồi hẹn sẽ theo bạn. Vậy là ngày mai tôi để vợ lấy rau tại chợ và tôi trở thành một tên 've chai hành'..."

Còn Nguyễn Tấn Cứ lại tếu táo viết về một gã Phù Hư 've chai hành' theo một cách riêng của mình: " *Sau 30/4/75. Phù Hư cũng như nhiều người, trở lại làm 'phó thường dân', mưu sinh thường ngày trên vỉa hè góc phố. Thời đó, có thể nghe những tiếng rao khàn đục vang lên trong những cung đường trưa vắng " ai có radio, quạt máy cũ, tivi hư, răng vàng bạc vụn bán hôn'. Nếu nghe tiền rao nầy của một gã đàn ông đen sạm dong dỏng cao thì đích thị chính là Phù Hư – thi sĩ – lính Sài Gòn trước 1975...".*

Vậy đó mà cái nghiệp văn chương phủ bụi từ lâu vẫn còn dan díu không buông tha. Nguyễn Tấn Cứ nhớ lại: " *Cuối tháng giêng vừa qua, Phù Hư bỗng kêu tôi ra café và thân mời tôi tham dự một đêm thơ nhạc tác giả tác phẩm ở quán Guitar Gỗ của nhạc sĩ Châu Đăng Khoa – Số 3 Thích Quảng Đức (Phú Nhuận), tác giả không ai khác là ông bạn 'phó thi sĩ' của tôi Phù Hư với tập thơ 'Ngậm thẻ qua sông' – sách do NXB Hội Nhà Văn ấn hành chưa ráo mực...".*

Viết về tác phẩm Ngậm thẻ qua sông một người bạn văn của Phù Hư, Nguyễn Ước khái quát như sau: " *"Đọc Ngậm thẻ qua sông của Phù Hư" đã có nhận xét khái quát như sau: " 'Ngậm thẻ qua sông' do Hội Nhà văn xuất bản vào đầu năm 2013, ngoài phần thơ còn xen kẽ các phụ bản, gồm 4 ký họa cúa Trần Đạt, Nguyễn Tuấn, Bụi Ngọc Tư, trang bìa cùng hai bức nữa của Nguyên Lý (Quỳnh Bích Châu), và hai bản phổ nhạc, một của Vũ Ngọc Giao, một của Châu Đăng Khoa.*

Tập thơ mỏng, trang nhã. Mười chín bài, viết theo thể trường đoản cú (hai bài), lục bát (chín bài), bảy chữ cổ phong cách tân (bốn bài), tám chữ phá cách liên vận hay cách vận (bốn bài). Bài sớm nhất có ghi thời điểm sáng tác năm 1972; bài trễ nhất có thể là đoản thi in đầu tập 'Nghĩ về thơ", hẳn mới được viết gần đây. Như thế, tuy là tập thơ đầu tay, 'Ngậm thẻ qua sông' thật ra có hơn bốn chục tuổi đời."

*

Cầm tập thơ Ngậm thẻ qua sông của Phù Hư trên tay, tôi lần lữa chưa mở đọc, một vì cái tên gợi lên bao nhiêu cảm xúc. Hai cũng vì cái tên tập thơ cũng là tên một bài thơ tôi yêu thích thuở nào hơn 40 năm qua từ khi lần đọc đầu tiên trên tạp chí Văn. Bài nầy theo một bạn văn cho biết Phù Hư viết lúc mới 21 tuổi(1972) và đến bây giờ hơn 40 năm sau anh mới in được tập thơ đầu tay của mình. Tập thơ mỏng độ dày chưa quá 100 trang nhưng mỹ thuật rất đẹp, người chăm sóc bản thảo là nhà thơ Nguyễn Liên Châu, một nhà thơ rất mát tay trong việc chăm sóc bản thảo của anh em văn nghệ. Tôi nhiều lần ngồi uống cà phê với Nguyễn Liên Châu nên rất hiểu tâm ý của ông bạn thơ – ông thầy giáo nửa mùa nầy. Không phải riêng tôi mà hầu như ai cũng quí tính cẩn trọng của anh khi in ấn các tác phẩm của anh em.

Bài thơ Ngậm thẻ qua sông nằm ở trang 36, khoảng gần giữa quyển sách nhưng tôi tin chắc các bạn nhiều người khi mở quyển thơ sẽ tìm ngay đọc bài thơ nầy dù vị trí nó đặt ở đâu. Bài thơ nếu xét cho cùng cũng chỉ là một bài thơ phản ánh tâm trạng một người lính hành quân cùng đơn vị qua một xóm quê nghèo. Đêm trú chân bên hiên một nhà dân. Gia chủ là người thiếu phụ có mẹ già con thơ còn chồng đồn thú phương xa biệt vô âm tín. Đêm khuya người lính nghe có tiếng thở dài của thiếu phụ làm tâm trạng anh thêm ngổn ngang nỗi buồn khó tả. Rồi khi có lệnh di quân, đội quân rút đi bí mật vào lúc nửa khuya, người lính lặng lẽ rời khỏi mái hiên nhà ấy bỏ lại hình ảnh người thiếu phụ trầm tư bên ngọn đèn khuya trông tin chồng còn chinh chiến biền biệt. Cái hay của bài thơ Ngậm thẻ qua sông đã tạo nhiều cảm xúc với người đọc về nhiều khía cạnh khác nhau: Nỗi chờ mong trông đợi vô vọng của người chinh phụ đã làm héo hắt tuổi xuân thì đến đáng thương tội nghiệp:

"... em nhớ thương chồng đóng đồn ải xa
lâu, tin vắng, trông mòn đường xóm
tôi ở quá bên hông nhà gió sớm
đợi dùm em tin chinh chiến gởi về..."

Một hình ảnh khác về người thiếu phụ thêm nhói lòng người đọc:

"... làng em ở gió Lào qua rất độc
ngày mưa mù khuất núi mù sông
mẹ già mong một mụn cháu đầu lòng
em nhắn gởi, bao lần tin vẫn biệt..."

Tâm trạng của người lính cũng ngổn ngang nào có khác gì đâu, đêm co ro che bớt bóng mình cô tịch, nghe tiếng vạc kêu sương và tiếng người thiếu phụ thở dài hiu quạnh thì có cái buồn nào thê thiết hơn:

"... tôi nương bóng nhà trăng che khuất
ngồi co mình cho bóng bớt riêng tôi
nhìn xa trăng định trốn sau đồi
sông, tiếng vạc đậm buồn như tiếng cú
thức có khuya mới nghe hồn bớt ngủ
mới hay trăng tháng chạp úa quanh đồi
nghe em thở buồn não mãi không thôi
em thở đó hay tiếng kêu mùa giá..."

Cuộc di quân lặng lẽ âm thầm, đoàn quân "Ngậm thẻ qua sông" để giữ an toàn và bí mật. Trong cái lạnh co ro của đêm đông giá lạnh đó người lính vẫn hướng suy nghĩ của mình về tin người chồng phương xa của thiếu phụ còn biền biệt cũng như tin nhà của mình mỗi ngày mỗi thêm xa.

"... hôm từ biệt quanh thôn nhà cửa khép
lúc quân đi chắc em không hề biết
đội tôi ngậm ngùi ngậm thẻ qua sông
còn tôi co ro lạnh mãi gió đông
một lần cuối nhìn nhà em đóng kín
tin chồng em chắc chưa về đến bến
như tin tôi mấy thuở gởi thăm nhà
cũng mấy năm rồi biền biệt phương xa..."

Cái hay của bài thơ là cách dùng từ, các hình ảnh nhẹ

nhàng thanh thoát làm giảm bớt đi sự thê lương, cô độc, nỗi khắc khoải chờ mong cũng như nỗi u hoài vô vọng về một cuộc đoàn viên mờ mịt trong khói lửa. Tôi thích quá các câu thơ : *"thơm lửa hương khoai tiếng hát rừng/ ven thôn vừa ghé buổi di quân/ khói mẹ sau lều cơm chín tới/ nước em chè lá đậm phèn sông"* hay *"rụng vườn em trăng sương ngày tháng Chạp/ tôi gác đêm như bóng người rình/ tối nay đạn nổ nhẹ mạn sông/ sương mỏng quá nhìn hoa ngàn con mắt/ tôi nửa đêm nghe mình như thất lạc/ thương xóm nhà biết nổ đạn vào đâu"*.

Hai bài thơ khác cũng viết về đề tài chiến tranh đó là bài Quân bộ khúc ở trang 50 và bài Đồn sơn yểm ở trang 68 cũng làm ta cảm thấy nỗi buồn chiến tranh cũng như bao bất hạnh về sự chia lìa và cái nhìn thê thiết về núi máu sông xương:

ngàn năm biên ải giữ oan hồn
lá rừng xô gió núi sông xương
chết phơi khí tiết vô danh sĩ
chết đắng cay ma núi ngậm hờn.
(quân bộ khúc)
thu giữ mây cho ấm lòng người
pháo yểm đồn cao đứng lẻ loi
bao giờ vạch cỏ xuyên đường núi
lũng hạ thăm em rượu mềm môi.
(đồn sơn yểm)

Trong tập thơ Ngậm thẻ qua sông tôi còn có phát hiện những câu thơ viết thật tài hoa:

về xa gió trả lại đường
lâu đi nhịp kiệu nhớ dường như quên
chiều thẩm mây tính mang đêm
toan mưa trời mới đổi thêm gió về
đưa người ngựa mỏi nhịp xe
kèn loan tin tới nhà nghe xếp hàng
(ngựa ô vong)

Và ở một bài khác:

gió lặn vào trăng, trăng tiếp trăng
chiều chơi xa tưởng nắng rớt vàng
lá chao ngoài nội thu vừa rụng

tôi uống mình tôi đêm nín câm
(gió trăng thu... và rượu)

Và những câu lục bát đầy thi tứ hình ảnh giàu nhịp điệu:
đưa em qua phố bụi đầy
một tay gạt lệ, một tay đón mừng
một chân co giữa mênh mông
một chân lội giữa bão bùng trần gian
(phố bụi hồng)
mưa trèo đèo thẳm mưa sang
sương mây chôn khuất bản làng xuyên sơn
âm đâu như dưới lũng mòn
còn nghe thoang thoảng giữa hồn hát du...
(cung tơ chiều)

*

Đối với nhà văn Trần Hoài Thư, khi nhận được tập thơ "Ngậm thẻ qua sông" từ trong nước gởi qua, anh rất vui và viết trên Thư Quán Bản Thảo tình cảm của mình về tác giả Phù Hư, điều đó cũng thật dễ hiểu vì cả hai đều là những người lính:" *Trong công việc sưu tầm thơ trước 1975 cho Bộ Thơ Miền Nam Trong Thời Chiến (2 tập), Phù Hư là một tên tuổi mà tôi tốn rất nhiều công sức để sưu tầm. Cuốn Một tôi chỉ sưu tập được một bài. Đó là bài Ngậm Thẻ Qua Sông. Đọc cảm thấy quá hay. Tưởng tượng cảnh một đội quân đến một xóm làng giữ gìn cho giấc ngủ của em và của mẹ, trong khi chồng của em thì vắng bặt phương xa không biết tông tích thế nào, rồi một đêm được lệnh di quân, âm thầm vượt sông... Cứ tưởng tượng cảnh ấy lòng thấy nao nao... Tôi không thể tìm một bài thơ nào của bất cứ một tác giả nào để mà so sánh về một điểm tương đồng. Thơ anh rất mộc mạc, như đất, như sông, như mái tranh, như dòng sông, như tiếng thầm thì của quê hương hay tiếng lòng của một người lính trẻ bên chái tranh nghèo, trong ấy có một người thiếu phụ trẻ vắng chồng đã lâu... Những chữ dụng cũng chẳng phải là sáo ngữ...Thơ chẳng cần kêu to, hay tưởng tượng kiểu trăng treo đầu súng, trái lại rất thật, rất thật vô cùng.*" Và anh mong muốn: "*...Trước sau gì tôi cũng tái bản. Như là một niềm tri tạ với một người thơ đã mang lại danh dự cho thế hệ chúng tôi, nhất là những người từng mang màu áo lính miền Nam*".

Nhà thơ Du Tử Lê trong bài viết *"Phù Hư, Tiếng còn hao vọng giữa mùa thinh âm"* có nhận định về thơ Phù Hư: *"... Dường như tất cả những bài thơ được coi là nổi tiếng của Phù Hư, đều viết về những* năm, *tháng ông chiến tranh khốc liệt ở miền Nam. Những bài thơ ra thoát khỏi phong trào hay, sự "đồng bộ" của những người làm thơ về chiến tranh, súng* đạn *một thời chinh chiến. Họ Nguyễn với những bài thơ viết ở thời kỳ* đó, đã *hiện ra như một "chân dung" hai mặt. Không* ít *người cho rằng đó là loại thơ "phản chiến" - Có tính chất thời thượng! Nhưng cũng không* ít *người lại ghi nhận, đó là những bài thơ phản ảnh* tình *cảm trung thực, rất con người, của Phù Hư. Ông không vô tình hay cố ý, gắn cho thơ của* ông *một "nhãn hiệu" nào - Dù ngợi ca hay, khinh bạc sống, chết...*

... Nếu nối kết đa *số những bài thơ của Phù Hư, trong thi phẩm "Ngậm Thẻ Qua Sông" thì, với tôi,* đấy *là một trường khúc lấp lánh tính nhân bản, lấp lánh, sáng lên từ thảm kịch chung một giai đoạn lịch sử,* đất *nước".*

*

Điều tôi lấy làm tiếc cũng như hầu hết các bạn thơ khác khi đọc thơ Phù Hư: Anh là một người làm thơ đầy cá tính, ngay từ trong thời chiến trước năm 1975, là một nhà thơ khoác áo lính, anh không chỉ có những bài thơ viết về chiến tranh dưới một góc độ cảm nhận rất nhân bản như các bài thơ Ngậm thẻ qua sông, Một chân giày, Đồn sơn yểm... mà ngay trong cuộc sống đời thường thơ anh cũng có cái nhìn rất tinh tế về những góc khuất, thân phận con người không chỉ riêng cho bản thân và còn phơi bày bao nỗi khổ đau nhọc nhằn của tha nhân. Gần nửa thế kỷ làm thơ mới ra tập thơ đầu tay và có lẽ cũng là tập thơ duy nhất trong cuộc đời làm thơ của mình. Từ đó đến nay không còn thấy thơ anh xuất hiện ở đâu nữa, chắc anh nghĩ thơ cũng chỉ là Phù Hư như chính anh đã chọn cái tên nầy cho bút danh của mình để mãi mãi trong hành trình thơ anh luôn là người "Ngậm thẻ qua sông"?

Sài Gòn, tháng 5/2024

LƯƠNG THIẾU VĂN

Tham khảo:

Phù Hư và Ngậm thẻ qua sông của Trần Hoài Thư

Đọc Ngậm thẻ qua sông của Phù Hư của Nguyễn Ước

Phù Hư, "Tiếng còn hao vọng giữa mùa thinh âm" của Du Tử Lê

Nhà thơ Phù Hư, người "Ngậm thẻ qua sông" của Nguyễn Tấn Cứ

NAM GIAO.

HÓA ĐÁ

Ta đã trở về đây
Mùa Tây Ninh - nắng cháy
Giòng sông Vàm - vẫn chảy?
Mang đầy ắp phù sa?

Những con đường - ngát hoa
Những con đường kỷ niệm
Những vần thơ - bọt biển
Thắm tươi tuổi học trò

Con đò nằm - buồn so
Vài cánh chim - ngơ ngác
Ngôi nhà xưa - xơ xác
Trơ lạnh bếp tro tàn

Ôm nỗi buồn - riêng mang
Ta - thành người xa lạ
Nghĩ mình - là chiếc lá
Trong cơn bão vô tình?

Ta ngồi đây - một mình
Nhìn người qua - lạ quá
Hồn bỗng nhiên hoá đá
Nhưng - mắt lệ lại rơi...

CÒN LẠI BÓNG TRĂNG.

Còn thương
rau đắng sau hè
Lời buồn hơn cả tiếng ve
nao lòng

Ngày xưa Bậu bỏ theo chồng
Bến sông lạnh vắng
mênh mông ráng chiều

Đâu rồi
ngày tháng thương yêu?
Đâu rồi cảnh cũ
sớm chiều đợi nhau?
Đêm nằm thao thức
lòng đau
Hỏi Trời
đâu nghĩa trầu cau mặn tình?

Lá rơi -
Thu đến vô tình
Qua chờ -
Qua đợi một mình Bậu thôi
Bên cầu
nhìn cánh hoa rơi
Bậu đi - sông nước
nghẹn lời trối trăn

Đêm nay
sương trắng giăng giăng
Bậu đi - còn lại
bóng Trăng lạnh lùng
Qua buồn

hai chữ Tình Chung
Ôm bao khổ lụy
trùng trùng bão giông...

NAM GIAO.

QUYÊN DI
MÙA XUÂN BẤT TẬN

Một buổi sáng nào, ra vườn cùng cây cỏ, nắng ấm đã lên, đẹp như một vạt lụa vàng hanh, trong như màu hổ phách, và tưởng như ngọt tựa mật ong. Gió đã về, hiền lành gọi mời đàn bướm trắng tung tăng và lũ chim chuyền cành ríu rít. Mùa Xuân đã trở lại dù chẳng hẹn hò, có lẽ từ đêm hôm trước, khi vườn khuya còn đẫm ướt ánh trăng. Lạnh lẽo mùa Đông âm thầm nhường chỗ cho ấm áp mùa Xuân.

Có một điều kỳ diệu đang âm thầm diễn tiến trong nụ hoa kia. Thân cây xám xịt tưởng đã chết khô, không ngờ đang che phủ những dòng nhựa nguyên, nhựa luyện náo nức bên trong, ào ạt dâng lên nuôi cho nụ hoa lớn lên, lớn lên mãi, thơm mát như môi thiếu nữ đang xuân. Vào một ngày nào đất trời đã định trước, nụ hoa tung cánh thắm đón gió nắng dạt dào, như cõi lòng thiếu nữ mở ra, run rẩy mà hân hoan trước những luồng tình cảm nồng hương dấu ái.

Hãy mở rộng, ơi cõi lòng thiếu nữ
Đón hương yêu của cả một trời Xuân
Như hoa kia, còn nụ ngọc trong ngần
Sẽ tươi nở đón gió hiền, nắng ấm.

Hỡi người yêu dấu, có lẽ lâu nay người đang sống với mùa Đông nội tâm. Lòng người có lạnh, tim người có đập những nhịp lạc như một cung đàn lỡ, mắt người có vương buồn như mây xám phủ khắp bầu trời, và đôi môi người có mím lại, câm nín chẳng một tiếng cười, câu hát? Xin nhớ cho rằng mùa Xuân đã trở về. Hãy lắng nghe, trong chỗ sâu kín nhất của lòng người, có tiếng thì thào của gió, vỗ về thân ái. Hãy cảm nghiệm để thấy rằng có chút gì ấm áp đang dâng lên từ cõi lòng hoang lạnh, như nắng vàng đang sưởi ấm cỏ cây. Hỡi người yêu dấu, bao ước mơ của người có đang ươm nụ âm thầm, đã lâu tưởng như chẳng thể khai nở thành hoa? Hãy vươn lòng lên, lấy nhựa sống đời dâng tặng nụ ước mơ, nụ ước mơ sẽ biến thành hoa thơm tươi thắm.

Hãy mở tung các cánh cửa cho gió, cho nắng, cho hương hoa, cho tiếng ríu rít bầy chim sẻ tràn vào rất đỗi hân hoan. Hãy mở ra, những cánh cửa đóng, biểu tượng của khép kín, của khước từ, của một đời giam thân cô độc. "Mở ra", đó là lời huyền nhiệm, để xoá đi tăm tối, bụi bặm, ẩm mốc từ lâu làm hoang lạnh căn phòng.

Hỡi người yêu dấu, cõi lòng ta cũng là một căn phòng. Hôm nay, đầu Xuân mới, xin hãy mở tung căn phòng ấy cho gió, nắng tin yêu tràn vào, cho hoa nhân ái từ mảnh vườn đời toả hương đến tận những góc kín đáo nhất, và cho những người bạn đến thăm. Chúng ta sẽ chuyện trò, tâm sự, cùng nhau nhìn lại cả một chuỗi tháng ngày quá khứ. Uống với nhau một ly rượu nồng ấm đầu Xuân nhé, để cho mình cảm thấy lâng lâng, và có sao đâu, nếu căn phòng có vì thế mà chao nghiêng đôi chút, cái chao nghiêng làm cho cuộc đời có hương vị lãng mạn, nên thơ.

Người yêu dấu hỡi, có phải chăng đã suốt đời người đi tìm mùa Xuân bất tận. Nhưng Xuân của đất trời có đến thì cũng có đi, hoa Xuân có đơm bông thì cũng có tàn lụi. Bởi vì dù Xuân đất trời có đẹp, có thơ thì vẫn có khởi đầu và kết thúc. Muốn đi tìm mùa Xuân bất tận, hãy tìm ngay trong căn phòng nội tâm. Trong căn phòng ấy có linh hồn bất tử. Mà có linh hồn bất tử thì mới có mùa Xuân bất tận. Mùa Xuân ấy đã reo vui từ khi ta được gửi vào đời với muôn vàn dấu ái ân cần của trời đất, với chăm sóc nâng niu của mẹ cha. Mùa Xuân ấy vẫn reo vui khi ta là nụ măng non, là em bé thơ líu lo ca hát. Mùa Xuân ấy càng hương nồng, càng mật ngọt khi ta bước vào tuổi xuân đẹp nhất đời người, mà ái tình là nắng, là gió, là ong bướm chập chờn, là cánh chim tung tăng bay lượn. Mùa Xuân ấy vẫn đẹp khi ta sống chuỗi tuổi vàng, nhìn lại đoạn đời đã qua với cõi lòng an tĩnh, như một buổi chiều cuối Xuân ta ngồi nơi khung cửa, nhìn nắng Xuân hồng vẫn còn lãng đãng ngoài kia.

Người yêu dấu, xin dâng tặng người món quà đầu Xuân, đó là bí quyết đi tìm mùa Xuân bất tận. Này đây là bí quyết: mở rộng cửa lòng để nắng ngoài vườn tràn vào hoà cái ấm áp của nắng với cái ấm áp của nội tâm, để ta nhìn nụ hoa Xuân ngoài kia nở tung cánh thắm, và để nụ ước mơ đời ta cũng tưng bừng tươi nở. Xuân đất trời có đẹp, nhưng làm sao bằng mùa Xuân bất tận của lòng người.

QUYÊN DI

TUỆ TRUNG

LỜI RU CỦA MÙA XUÂN

Mùa xuân chợt vươn vai,
ru em giấc ngủ dài,
chải nhanh vùng tóc rối
tô son má hồng phai,
hé môi chào cành lộc,
nhẹ bước vào vườn mai.

Xuân hát bài ca dao,
âm vang tiếng đàn bầu,
rộn ràng cùng trời đất,
nhã nhạc quyện lao xao.
Em như chim ca múa,
xiêm y và sắc màu.

Xuân tấu khúc nghê thường,
Áo lụa ráng chiều buông,
Gió vờn bay dải yếm,
Hài nhiễu mềm hơi sương.
Em đưa tay vẫy gọi
yêu thương ơi, yêu thương.

Xuân đã đến quanh em,
cùng những giọt mưa mềm,
ngập ngừng rơi trên gối
dịu dàng tan trong đêm,
Em môi hôn nồng ấm,
thẹn thùng giấc ngủ quên.

Xuân cười, đẹp lả lơi,
Lênh đênh giữa đất trời
thời gian qua thầm lặng,
nắng nhạt, mây chậm trôi
thốt nhiên mai nở rộ,
Xuân mãi đầy chẳng vơi.

TUỆ TRUNG

NGUYÊN ĐINH TỪ LAM
MƯỜI NĂM TRỞ VỀ

Mười năm anh trở về
đâu còn ngôi trường cũ
cây phượng già Lê Lợi
chiều lộng gió sông Hàn
Thanh Bình đêm trăng tỏ
còn đâu ngôi nhà em
bên vườn ương Thạc Gián
Còn đâu buổi tan trường

Hai ta cùng sánh bước
trên vĩa hè Trưng Vương
lá me bay như bướm
Vương vãi mái tóc em
đôi chim nào đang hót
xao động mấy khóm hòe
ráng chiều run run khẽ
gió thì thầm bên tai
còn đâu xóm Tân Lập

bờ tre xanh biếc ngõ
nước trong suốt Bàu Sen
hai ta ngồi trên bờ

cùng ngắm áng mây trôi
mà lòng anh man mác
mà em lòng bỏ ngỏ
mai sau chuyện chúng mình
còn được yêu nhau mãi?

Mười năm anh trở về
quê nhà vắng bóng em
hỏi ai, ai chẳng biết
em lưu lạc chốn nào
một mình anh đơn lẻ
thầm khóc mối tình sâu
Mười năm anh trở về

quê nhà vắng bóng em
hỏi ai, ai chẳng biết
em đâu, em đâu rồi?
một mình anh đơn lẻ

thực hư lạc lối về`
Người tôi yêu năm cũ
bây giờ biết ở đâu.
Thương xót mối tình sâu.

NGUYÊN ĐINH TỪ LAM

QUẢNG XUÂN
TẢN MẠN CÂU ĐỐI CHỮ

Ngoài thơ ra người Việt mình có phong tục dùng các câu đối. Các câu đối mang ý nghĩa khác nhau,tùy nơi chốn,tùy mùa .v..v..

*Các câu đối về năm mới
*Các câu đối trên bia mộ
*Các câu đối treo ở nhà thờ tộc họ
*Các câu đối trước cổng chùa và đình miếu .v.v..

Trong tất cả các câu đối có một câu đối được mọi người cho là khó nhất trong lịch sử. Đó là câu :

DA TRẮNG VỖ BÌ BẠCH

Câu Da trắng vỗ bì bạch là có thật. Nó được ra đời trên 250 năm đến 300 năm ở nước ta.

Câu đối Da trắng vỗ bì bạch có hai giả thuyết:
Giữa bà Đoàn Thị Điểm và Trạng Quỳnh
Giữa bà Hồ Xuân Hương và nhà thơ Chiêu Hổ

Câu đối ; Da trắng vỗ bì bạch được trải dài với thời gian và nguồn cảm hứng cho các tao nhân lúc trà dư tửu hậu.Đàm đạo vui với Văn học nhân dịp xuân về.

Hậu thế có nhiều câu giải. Nhưng không có một câu nào chuẩn như câu: Da trắng vỗ bì bạch

Hiện nay Quảng Xuân có một bài thơ dựa theo thể Đường luật tự do. Xin quý vị tham gia đối họa thử

(B C Đ)

VỊNH ĐI HOA THỊNH ĐỐN

Chạy lên Thịnh Đốn trời mưa a
Nhiều cháu nôn na thật rộn mà
Đường đen mực hắt mun đen hắc
Mền trắng trắng lau bạch bạch la
Sao lại chùi hoài không thấy sạch
Xe xe xuôi ngược xa là xa
Tìm đường lộ lộ đường gần nhá
Tiếu tiếu cười cười trở lại nhà.

Bài thơ này được về Việt Nam và lên mạng Facebook khoản bốn (04) năm, tính đến hiện nay chưa có vị nào hóa giải được….
Nếu vị nào hóa giải được bài thơ trên, tác giả xin kính tặng hai ngàn đô la (2,000.00)
Vị nào gửi bài về trước thì được ưu tiên trước
Xin không nhận trí nhân tạo(A I) hỗ trợ

Địa chỉ liên lạc:
Mike Trương trên Facebook dành cho quý vị ở ngoài lãnh thổ Việt Nam.
Ở trong nước Việt Nam: Nhà thờ Chi nhì phái nhất tộc Trương. Làng Phú Xuân Huyện Đại lộc.

Sự tham gia của quý vị rất quý báu đối với chúng tôi và góp phần nhỏ gìn giữ phong tục văn hóa Việt .

Quảng Xuân Trương Mike
Kính báo
January 6th 2025 U S A

QUẢNG XUÂN

CHÙM THƠ HAIKU

(13)
Tháng bảy mùa Ngâu về
Nhạc mưa rơi đều trên mái hiên
Trong lòng tôi…cũng mưa

(14)
Bầu trời mây vẫn bay
Dưới sông nước vẫn chảy xuôi
Con đò trôi theo giòng

(15)
Mắc cỡ em thơ ngây
Tay anh chạm nhẹ vào
Hàng mi xanh khép lại

(16)
Sớm mai ... trưa ... chiều tối
Vòng xoay chỉ 24 giờ
Tôi níu mà không được

(17)
Hè về hoa phượng nở
Cánh rơi đỏ cả sân trường
Báo hiệu mùa chia tay.

(18)
Bầu trời đầy sao sáng
Anh tìm...tìm mãi ngôi sao em
Sao em lạc mất rồi .

QUẢNG XUÂN
January 8th 2025

HOÀNG CHÍNH
THỨ MÙA MÀNG KHÔNG CÓ THẬT

Tôi ngồi thụp xuống cho bớt mỏi chân, rồi lại đứng dậy, ngểnh cổ chờ bên gốc cây phong già. Góc đường vắng tanh. Tiểu Quyên không bao giờ đến trễ. Dạo Tiểu Quyên còn chiếc xe đạp, tôi ngóng cái dáng nhỏ bé trên chiếc xe có sườn sơn màu đọt chuối. Khi chiếc xe đạp nhỏ bé ấy đảo vào khúc quanh, hướng về phía nhà tôi là lúc tim tôi tăng nhịp. Lần nào cũng thế. Tôi vẫn nghĩ cứ hoài như vậy một ngày không xa trái tim tôi sẽ dãn ra và vỡ tung vì loạn nhịp. Từ khi chiếc xe đạp bị mất trộm, và cảnh sát tìm lại được, Tiểu Quyên cho thằng bé ăn trộm chiếc xe của mình để nó có phương tiện đi giao báo thì Tiểu Quyên bắt đầu đón xe buýt. Con đường vào nhà tôi là ngõ cụt nên xe chỉ ngừng phía đầu đường. Tôi đứng bên lề con ngõ cụt, dưới bóng cây phong, dõi mắt về phía ấy, chờ chiếc xe buýt lướt qua cái ngã ba nhỏ và hẹp rồi ngừng lại bên đường. Cánh cửa bên hông xe mở ra, chiếc bóng nhỏ bé bước xuống lề đường. Lòng tôi nhốn nháo cơn vui. Bao giờ cũng thế. Nhưng hôm nay tôi chờ đã hơn mười lăm phút, hai chuyến xe buýt đã đi qua khúc quanh đầu đường nhưng không đỗ ở trạm ngừng. Khi không có khách lên xuống thì xe không ngừng ở trạm. Tiểu Quyên chưa bao giờ trễ hẹn. Tôi đưa tay nhìn đồng hồ. Những con số quyện vào nhau như cố giấu diếm điều gì đó. Tôi bắt đầu nôn nóng. Mười lăm phút. Nửa giờ. Tôi nhấp nhổm, đứng lên ngồi xuống cho bớt mỏi. Và vẫn kiên nhẫn chờ.

Tôi lại nhìn đồng hồ. Đã ba mươi tám phút chờ. Tôi chạy vào nhà lấy ly cà phê. Những ngụm cà phê hâm vội trong microwave nóng bỏng môi. Cảm giác tê vòng quanh đầu lưỡi. Chắc khi hôn ai cảm giác cũng gần như thế. Lâu lắm rồi chúng tôi không hôn nhau. Tiểu Quyên có đôi môi mềm. Đôi môi có riêng một đời sống. Tôi nhớ sắc hồng của cánh môi. Tôi đoán hoài không ra cảm giác sẽ như thế nào khi lại đặt được môi mình lên cánh môi hồng của người con gái ấy. Tôi chưa bao giờ nghĩ một lúc nào đó sẽ lại gài vội lên cánh môi hồng ấy một nụ hôn. Tại sao lại gọi là nụ hôn nhỉ. Hôn là động tác va chạm giữa hai bộ phận cơ thể của hai cá thể riêng biệt. Không ai tự hôn mình. Nếu đã nói đến hôn tức là hôn ai khác hoặc thứ gì khác bên ngoài cơ thể mình. Người ta có thể hôn một cánh hoa, hôn một đứa bé, hôn một bức hình. Như tôi, tôi đã hôn bức hình của Tiểu Quyên đôi ba lần. Mắt nhắm. Đầu óc trôi đi thật xa, nơi thoang thoảng mùi hương của tóc. Tai văng vẳng khúc khích tiếng cười. Những nụ hôn ấy không ai hay biết và không làm tổn hại đến ai. Ngoài tấm hình bị nhàu nhò vì ẩm nước bọt. Tiểu Quyên không bao giờ ngờ. Nhờ vậy mà tình cảm giữa tôi với Tiểu Quyên vẫn bền.

Tôi đang nghĩ vẩn vơ như thế thì một chiếc xe rẽ vào khúc quanh, cắt đứt dòng ý tưởng thơm tho những chiếc hôn ảo tưởng. Ngõ cụt chỉ có ba căn nhà nên hầu như chẳng bao giờ có xe chạy vào. Vì vậy tôi trố mắt nhìn. Chiếc xe du lịch màu trắng chạy tới gần cuối đường rồi xoay vòng hình chữ U và đậu lại bên lề đường, sát chỗ tôi đứng.

Tôi nhảy lùi lên lề cỏ, ngểnh cổ nhìn. Tài xế là một người đàn ông. Bên cạnh ông ta là thiếu nữ đeo kính mát với mái tóc dài. Vóc dáng quen thuộc. Và khi xe vừa tắt máy, cánh cửa vừa mở ra, tôi nhận ra Tiểu Quyên. Tim tôi ngưng đập. Chuyện gì thế này. Tiểu Quyên luôn dành cho tôi những bất ngờ. Không lẽ chỉ vì trễ một chuyến xe buýt mà cô phải nhờ một người đàn ông chở tới chốn hẹn? Chúng tôi chỉ đi dạo trong khu rừng cạnh nhà tôi và nói cho nhau nghe đủ thứ chuyện trên đời. Chẳng có gì khẩn cấp cũng chẳng có gì quan trọng đến mức Tiểu Quyên phải nhờ một người đàn ông - xa lạ với tôi - để đưa đến chốn hẹn.

Người đàn ông bước ra khỏi xe. Da trắng, đứng tuổi, cao ráo, lưng hơi gù, tóc nâu đen lấm tấm những mảng bạc, cặp kính trắng gài trên sống mũi, bộ vét màu xám nhạt. Ông ta mở cửa sau, lấy cái cặp táp màu nâu rồi đóng sập cánh cửa lại và bấm chìa khoá tự động để khóa xe làm phát ra một tiếng huýt chói tai của còi xe.

Ông ta bước theo Tiểu Quyên, lên lề đường, đến chỗ tôi đang đứng.

Tôi tròn mắt chờ đợi.

"My fiancé," Tiểu Quyên nói với người đàn ông rồi xoay qua tôi, nụ cười rạng rỡ trên cánh môi, "Đây là Mục sư John."

Càng bỡ ngỡ, tôi không biết nói gì. Hết đảo mắt nhìn Tiểu Quyên rồi lại xoay qua người mà Tiểu Quyên vừa giới thiệu là mục sư John. Tôi bắt gặp một cái mụn ruồi thịt như hạt đậu trên gò má trái người đàn ông. Nó nhấp nhổm theo cái nhếch mép của ông ta cùng với câu chào khàn đục, "Hello."

Tôi ngập ngừng chào lại cũng bằng một tiếng Hello ngắn gọn.

"Chuyện gì vậy, Quyên?" Tôi băn khoăn hỏi nhỏ vào tai Tiểu Quyên.

"Ông mục sư sẽ làm lễ cho mình," Tiểu Quyên vừa vuốt tóc vừa nói.

Tôi há miệng ngạc nhiên, "Lễ gì?"

Tiểu Quyên gỡ cặp kiếng mát trên mặt, nhoẻn miệng cười. Tôi thích nụ cười ấy. Trong khoảnh khắc tôi quên mọi thứ, tôi chỉ muốn hôn lên nụ cười ấy. Tôi muốn có nụ cười ấy cho đến ngày nhắm mắt. Nhưng rồi giây phút ấy thoáng qua, và cơn bối rối lại lượn về, quấn lấy tôi.

Chờ cho nụ cười bùa phép thấm sâu trong tôi, Tiểu Quyên ghé sát tai tôi, thì thầm, "Lễ cưới."

Tôi sửng sốt, "Cưới ai?"

"Chú ngớ ngẩn quá," Tiểu Quyên lại cười. "Mình chứ còn ai nữa."

Rồi Tiểu Quyên níu tay áo tôi. "Mình đi thôi, không nên bắt mục sư chờ."

Tôi hơi ngần ngại nhưng cũng chỉ sau vài giây đồng hồ nhùng nhằng, đã bỏ vội cái ly cạn cà phê xuống lề đường, và để mặc Tiểu Quyên kéo đi.

Ông mục sư hỏi bằng tiếng Anh, "Mình đi đâu đấy?"

Tiểu Quyên xốc cái túi xách lên vai, đưa tay chỉ về phía cái bảng Dead End, "Trong này ạ."

Vừa dợm bước, nghe câu nói của Tiểu Quyên, ông mục sư đã sựng ngay lại.

Tiểu Quyên nhanh nhảu, "Trong rừng."

Ông mục sư gằn cái giọng khàn đục, "Trong rừng?"

"Vâng, trong rừng," Tiểu Quyên cười thành tiếng. Giọng cười trong trẻo làm tan biến mọi nghi hoặc hay ngại ngần, ấy là với tôi, chứ với người ngoài như ông mục sư này thì tôi không chắc lắm.

Bởi ông mục sư nhìn lướt qua cả hai chúng tôi, tay nâng nhẹ mắt kính đang tuột xuống trên sống mũi, chút cau có hằn lên những nếp nhăn trên trán, "Có an toàn không?"

Tôi chợt hiểu ông lo lắng sẽ bị hai chúng tôi tấn công, cướp bóc, đoạt chiếc xe, lấy ví tiền rồi có thể giết và bỏ xác ông trong rừng để phi tang. Loại chuyện như thế vẫn nghe hoài trên những bản tin của đài truyền hình. Hai khuôn mặt Á Châu, một nam một nữ. Khu rừng hoang. Thị trấn nhỏ vài ngàn dân. Đúng khuôn mẫu của một câu chuyện mang tính hình sự. Tôi mà là ông mục sư John này thì tôi cũng sợ.

"An toàn một trăm phần trăm," Tiểu Quyên nói. "Tụi con không làm gì mục sư đâu."

Cặp lông mày rậm trên trán người đàn ông cau lại, ông ta lắp bắp, "Tôi muốn nói là… nói là… có thú dữ không?"

"Không có đâu," tôi buột miệng. "Chúng tôi vào đây hoài."

Ôm cái cặp táp vào sát bụng, ông mục sư ngập ngừng, "Vào rừng phải trả thêm tiền."

Tôi giật mình. Tôi quên mất chuyện này. Tôi cứ nghĩ làm lễ cưới cho một đôi nam nữ là chuyện linh thiêng. Không thể tính bằng tiền và cũng không thể ra giá, không thể mặc cả, thêm, bớt. Tiền bạc là chuyện thế tục. Kết hợp để hai kẻ sống đời với nhau là chuyện của đấng Thiêng Liêng.

"Trả thêm bao nhiêu ạ?" Tiểu Quyên mau miệng hỏi.

"Gấp đôi giá thường," ông mục sư nói, vẫn cái giọng khàn đục, khô và lạnh.

Tiểu Quyên mau mắn mở cái túi xách đeo một bên vai, lấy cái ví nhỏ, moi ra một tờ giấy bạc, bước tới giúi vào tay ông mục sư.

Ông mục sư đưa tờ giấy bạc lên, nhìn thật nhanh rồi nhét vào túi áo ngực và vội vã cảm ơn.

Rồi cũng vẫn với một chút ngập ngừng, ông ôm cái cặp táp

vào sát bên hông và lặng lẽ bước theo chúng tôi.

Ba người chúng tôi len lỏi giữa những dây leo, những bụi cây chằng chịt giăng ngang lối mòn phủ đầy xác lá khô. Tiểu Quyên nhanh nhẹn đi trước. Như chiếc bóng của kẻ đã bị bắt mất linh hồn, tôi thẫn thờ bước theo Tiểu Quyên, thỉnh thoảng xoay người cẩn thận chỉ cho ông mục sư tránh những bụi gai mọc len trên lối mòn.

Nắng tháng Năm nhảy nhót đầu những ngọn lá. Từng thân cây sần sùi đứng lặng. Thoáng gió nhẹ vướng lại ở bìa rừng bởi vách lá rậm rạp. Tôi lầm lũi từng bước trên lá khô. Mùa đông tàn, tuyết tan, phơi trần một lớp xác lá chết mùa thu năm trước. Những câu hỏi xô đẩy nhau trong đầu. Tôi không tìm được câu trả lời. Đám cưới. Sao lại là đám cưới nhỉ. Và sao lại là tôi?

"Sao chú đi chậm vậy?" Tiểu Quyên dừng lại ở khúc quanh lối mòn, ngoái cổ hỏi vọng lại.

Tôi cười ngượng ngùng. Tôi thầm hỏi tôi đám cưới xong rồi thì sẽ như thế nào. Tiểu Quyên vẫn không tuổi, không tên, không quê quán, không nơi tạm trú, không bất cứ thứ gì trong mối quan hệ với tôi. Chỉ có những buổi sáng, những buổi trưa, những buổi chiều rủ nhau vào rừng. Đem theo một cuốn truyện nào đó, đọc cho nhau nghe, nói đủ thứ chuyện trên trời dưới đất. Rồi ra về, hẹn ngày mai gặp lại. Lâu lâu ném cho nhau một tin nhắn qua messenger. Và tuyệt đối không quấy rầy nhau bằng điện thoại. Tôi không biết Tiểu Quyên là tên thật hay chỉ là bút hiệu ghi dưới những bài thơ đầy không gian cổ tích. Tôi không biết Tiểu Quyên ở đâu trong thị trấn. Và tôi cũng không muốn biết. Bởi có những điều nếu lỡ biết, đời sẽ gập ghềnh.

Nhưng sao phải làm đám cưới. Tôi nghĩ hoài không ra. Hay đây cũng là một phần của cái trò chơi mà chúng tôi bày ra vào dạo tháng Hai, khi hai đứa tặng cho nhau món quà Valentine, rằng trong vòng hai mươi bốn tiếng của ngày lễ Tình Yêu, chúng tôi là tình nhân của nhau; cái hôm Tiểu Quyên ngọt giọng ru tôi rằng, "Em sẽ cho anh một đứa con."

Chúng tôi vẫn mon men theo lối mòn. Cái lối mòn hai chúng tôi vất vả tạo ra theo năm tháng. Lê từng bước trên lá khô và cỏ dại, ông mục sư thở hì hạch, "Hai bạn có chắc là ở đây an toàn không?"

Tiểu Quyên phì cười, "Thưa ông mục sư, rất an toàn ạ."

"Hai bạn sẽ không uy hiếp tôi đấy chứ?"

Tiểu Quyên lại cười, "What for?"

"Hai bạn sẽ không cướp tôi rồi giết và quăng xác tôi trong rừng chứ?"

Tiểu Quyên lại nói what for rồi lại buột ra tiếng cười trong trẻo.

Khu rừng lặng gió. Tiếng chân chúng tôi xạc xào trên lá. Vài con chim đu đưa đầu cành phong rậm rạp. Tôi thổi vào tai Tiểu Quyên cái thắc mắc gai góc, "Sao không vào nhà thờ?"

Tiểu Quyên nheo mắt, "Quyên thích khu rừng của chúng mình hơn."

Tôi hiểu. Trong thế giới đầy ý nghĩ lãng mạn của Tiểu Quyên thì khu rừng này là nơi lý tưởng cho những lời tuyên thệ tình yêu.

"Rừng có đầy cây cối, có chim muông, có em nai vàng, có bầy sóc nhỏ. Chúng nó làm chứng cho tình yêu mình. Nếu làm lễ cưới trong nhà thờ thì những người ngoài ấy đâu biết hai chúng mình, làm sao làm chứng được cho tình yêu?"

Tôi gật gù. Tiểu Quyên nói đúng những ý nghĩ tôi có trong đầu. Khu rừng này là của riêng hai chúng tôi. Tôi dám chắc như thế bởi hai chúng tôi đã lần mò tới lui hàng trăm lần, vẽ ra được lối mòn cho những lần dạo chơi. Bao nhiêu ngày, bao nhiêu tháng, chưa bao giờ gặp bất kỳ ai ngoài những con sóc nâu, ngoài một chú nai vàng, ngoài một bầy thỏ xám và lũ chim ríu rít trên cành. Quên nữa, còn một chú mèo hoang. Hai chúng tôi đã gặp những con vật ấy hàng trăm lần. Những con vật ấy biết chúng tôi thật rõ, những con vật ấy sẽ làm chứng cho tình yêu hai chúng tôi. Và còn biết bao nhiêu cây lá không nhớ hết tên gọi. Từ lâu tôi đã nghĩ nếu phải lấy một ai đó và sống với người ấy suốt phần đời còn lại, thì tôi sẽ không chọn cử hành hôn lễ ở trong giáo đường hay đền chùa bởi những tín đồ, những giáo dân kia làm sao hiểu được tình cảm chúng tôi có cho nhau khi mà hai chúng tôi quá chênh lệch tuổi tác. Ngoài cái lần chúng tôi rủ rê làm tình nhân của nhau; duy nhất một lần ấy chúng tôi trò chuyện với nhau bằng ngôn ngữ tình yêu giữa một người đàn ông và một người đàn bà, tất cả thời gian còn lại, Tiểu Quyên vẫn gọi tôi bằng chú.

Tới khoảng trống giữa khu rừng nơi hai chúng tôi vẫn dùng làm nơi ngồi đọc sách cho nhau nghe trên phiến đá vuông, Tiểu Quyên và tôi ngừng lại. Ông mục sư thở phào, lừng khừng trên đám cỏ mục, cặp mắt đục dưới cặp kính dày nhìn quanh. Bóng nắng luồn qua kẽ lá đọng lại trên khuôn mặt dài ngoẵng của ông làm ông giống một nhân vật phim hoạt họa mà thỉnh thoảng tôi bắt gặp trên ti vi.

Tiểu Quyên móc cái túi đeo vai lên cành phong, moi ra một cuộn băng keo. Cô kéo tay áo ông mục sư, "Lại đây con chỉ cho ông xem cái này."

Chỉ ngón tay vào hai mẫu tự khắc trên thân cây, Tiểu Quyên hỉ hả, "Bằng chứng của tụi con đây."

Ông già gật gù, "Tôi đoán là chữ tắt tên hai bạn, bởi vì có trái tim ở giữa."

Hai mẫu tự đầu tên của Tiểu Quyên và tên tôi nối với nhau bằng trái tim gẫy khúc. Tác phẩm điêu khắc của Tiểu Quyên từ một mùa màng nào đó vẫn còn – và sẽ mãi còn - với thời gian.

Tôi tò mò đứng nhìn. Tiểu Quyên nhìn quanh, tìm kiếm thứ gì đó. Tôi cũng ngơ ngác ngóng theo hướng nhìn của Tiểu Quyên. Không còn gì ngoài những khóm lá biếc xanh, những cành khô vênh vẹo, những dây leo nhùng nhằng.

Tiểu Quyên lục túi vải, lấy cái điện thoại di động, tháo cuộn băng keo, dán nó vào thân cây. Sau vài vòng băng keo, chiếc điện thoại đi động của Tiểu Quyên thành con mắt của cây phong già.

Xong cái công việc lạ lùng ấy, Tiểu Quyên xoay qua tôi, giải thích, "Để chụp hình."

Và cô chỉ khu đất trống giữa rừng, nói với ông mục sư, "Mình làm lễ ở đây."

Bây giờ tôi mới hoàn hồn. Tôi nhận ra một hôn lễ sẽ được cử hành nơi đây. Tiểu Quyên sẽ là nàng dâu và tôi sẽ là chú rể. Và tôi hoảng hốt nhận ra tôi không ăn mặc phù hợp với nghi lễ quan trọng nhất của một đời người. Và Tiểu Quyên cũng vẫn chiếc áo thun bó sát thân hình cùng chiếc quần jeans đầy những lỗ thủng và đôi giày ba ta cũ kỹ.

Tôi ghé tai Tiểu Quyên, thì thầm, "Quần áo của mình… thế này…"

Tiểu Quyên nhìn lướt áo quần tôi, "Không sao. Mình thực sự là mình. Quyên thích thế này. Đây là ngôi giáo đường của Quyên và chú," Tiểu Quyên quơ cánh tay một vòng. "Ngôi giáo đường Quyên mơ ước. Những cây phong, những cây bạch dương, những cây gì gì nữa mà Quyên không biết tên đã từng làm nhân chứng cho hai chúng ta trong khu rừng này, trên lối đi mòn này."

Tôi nghiêng đầu ngắm nghía giọt nắng đọng trên cánh môi hồng. Lòng bỗng dưng thèm quay quắt một nụ hôn. Đôi con mắt nhìn tôi, và giọt nắng trên cánh môi mỉm cười.

Ông mục sư mở cặp táp lấy ra những giấy tờ gì đó, rải ra trên mặt tảng đá hình chữ nhật trơ trọi giữa khoảng trống. Và khom người cắm cúi viết, rồi ông thong thả đọc rằng nhân danh gì gì đó, ông nối kết hai người qua hôn nhân, ông còn nhìn quanh hỏi lũ cây lá chung quanh rằng ai có vướng mắc gì thì lên tiếng ngay hoặc sẽ phải mãi mãi im lặng. Gió rì rào trò chuyện, cây lá lao xao đáp rằng không có gì vướng mắc. Rồi ông tuyên bố nhân danh gì gì đó từ hôm nay chúng tôi là vợ chồng. Và ông đưa tờ giấy cho chúng tôi ký vào. Tiểu Quyên chạy lại chỉnh cho máy chụp hình tự động sau mười giây. Chúng tôi đứng sát vào nhau, mắt hướng về phía cây phong hò hẹn, nơi chiếc điện thoại di động của Tiểu Quyên ngoan ngoãn thu hình. Tiếng điện thoại chụp hình loạt soạt trong lẫn vào mớ âm thanh xa vắng của rừng già.

Tôi bỏ mất thói quen luôn đọc kỹ trước khi ký bất kỳ giấy tờ gì. Tôi nhanh tay ký vào cả ba tờ Chứng Thư Kết Hôn, tay ký nhưng mắt tôi không rời Tiểu Quyên. Tôi tin từ phút giây ấy chúng tôi chính thức thuộc về nhau.

"Bạn có thể hôn cô dâu," ông mục sư nói nhỏ.

Sau cặp mắt kính cận, hai con mắt mệt mỏi của ông mục sư nhìn chúng tôi bằng cái nhìn trìu mến của ông bố có đứa con trai mới đem về cho gia đình ông một cô con dâu xinh xắn, đảm đang. Tôi thành cánh diều, chao đi cùng cơn gió, lên tới tận những vẩn mây vướng đầu ngọn lá. Tôi bồng bềnh cảm giác lạ lùng. Có lẽ đó là cảm giác mà hạnh phúc mang lại cho con người.

"Nếu muốn bạn có thể hôn cô dâu," ông mục sư lặp lại câu nói.

Tôi rụt rè đặt hai bàn tay lên hai bờ vai Tiểu Quyên, khẽ cúi đầu ra trước, đặt nhẹ lên cánh môi hồng nơi có cái mụn ruồi nhỏ xíu một thoáng hôn rất nhẹ, rất mỏng.

Trao hai bản hôn thú cho chúng tôi xong, ông mục sư xếp bản thứ ba vào xấp giấy tờ, bỏ vào cặp táp, khóa lại rồi xách cặp lên, bắt tay hai chúng tôi, giọng trầm và ấm, "Chúc mừng hai bạn, bây giờ tôi trả lại sự riêng tư cho hai bạn," ông nói.

"Ông còn nhớ đường không, mục sư John?" Tiểu Quyên hỏi.

Ông già nhanh chóng gật đầu, rồi xách cặp lên, thong thả xoay lưng. Trước khi ngập ngừng bước đi trên cỏ khô và lá chết, ông nói vọng lại, "Nếu lạc đường tôi sẽ quay lại đây tìm hai bạn."

Rồi ông rón rén, thận trọng từng bước trên lối mòn và khuất sau khóm lá.

Tôi hỏi nhỏ Tiểu Quyên, "Mình phải về lấy tiền trả cho ông ấy chứ."

Tiểu Quyên vừa tháo băng keo dán điện thoại trên thân cây phong già vừa nói, "Quyên trả tiền rồi."

"Sao không mời ông ấy ở lại chung vui với mình?"

"Chắc ông ấy nghĩ mình muốn riêng tư sau khi thành vợ chồng."

"Riêng tư?"

Tiểu Quyên mỉm cười và bỗng dưng đỏ bừng hai má.

Hai chúng tôi đã đi dạo trong khu rừng này không biết bao nhiêu lần rồi, chúng tôi đã hẹn hò, đã tay trong tay ngỡ như lỡ rời tay nhau chắc chắn sẽ có một người đi lạc. Chúng tôi đã chuyện trò với nhau biết bao lâu. Chúng tôi đã nói với nhau trăm ngàn câu chuyện. Chúng tôi đã đọc cho nhau nghe hết cuốn truyện này đến cuốn truyện khác. Nhưng chúng tôi mới chỉ một lần chính thức là nhân tình bữa hôm Valentine. Hôm chúng tôi tặng cho nhau một món quà. Ngày mười bốn tháng Hai, chúng tôi là nhân tình của nhau và chỉ ngày hôm ấy thôi. Qua hôm sau và những ngày còn lại trong năm, chúng tôi là chú cháu, như vẫn là chú cháu từ ngày vừa quen biết. Hôm cho nhau món quà tình yêu, trong cơn mê muội, Tiểu Quyên hứa cho tôi một đứa con. Tôi kính cẩn dang tay đón nhận. Những ý nghĩ lan man trong đầu. Chuyện hai chúng tôi như thật, như giả. Tiểu Quyên như đến từ một không gian khác, và có thể biến đi bất cứ lúc nào.

Tôi cứ nghĩ mình đang nằm mơ. "Đám cưới..." tôi lẩm nhẩm trong miệng.

"Để chính thức hóa tình yêu" Tiểu Quyên nói.

Tôi hoang mang không biết đây vẫn là trò chơi hay đã là đời thật. Như cái ngày Valentine vừa rồi, chúng tôi tặng quà cho nhau. Trong hai mươi bốn giờ của ngày Valentine, chúng tôi là tình nhân của nhau. Chỉ hai mươi bốn tiếng đồng hồ thôi. Sau cái ngày ấy, chúng tôi trở lại đời thường, đời thật của ông chú khật khừ và con nhỏ cháu láu táu tên Quyên.

Đó là trò chơi hào hứng nhất trong tất cả các trò chơi trên thế gian.

Tôi nhìn quanh. Khu rừng vắng lặng. Xanh xám một màu. Ông mục sư là người thật. Ông có giấy phép của chính phủ cho phép ông cử hành hôn lễ cho những kẻ yêu nhau. Hai tờ hôn thú tôi đang cầm trong tay là thật. Chữ ký của ông mục sư là thật, chính mắt tôi trông thấy bàn tay nổi gân xanh run run vạch những nét vòng vèo trên ba trang giấy. Chữ ký của Tiểu Quyên cũng thật, không thiếu mẫu tự nào. Và chữ ký ngoằn ngoèo của tôi cũng vậy. Tất cả là thật.

Nhưng chúng tôi có thật là vợ chồng không?

Tôi đặt tay lên đôi bờ vai mềm, nhìn đăm đắm vào hai con mắt ướt. Đôi mắt nâu ấy bảo tôi rằng tất cả đều thật. Chung quanh hai chúng tôi cây lá xạc xào và thời tiết của khu rừng lao xao chuyển mùa. Chúng tôi đang lẫn vào một mùa màng hiếm hoi của đất trời, thứ mùa màng không có thật.

HOÀNG CHÍNH

240730 Viết ở hành lang tòa Thượng Thẩm London

TRẦN QUÝ TRUNG

MỪNG XUÂN ẤT TỴ 2025

Tôi khởi viết bài thơ mừng năm mới
Để đón chào lễ hội khắp nhân gian
Mặt trời mới mọc chan hòa ánh sáng
Đem nắng vàng xóa bỏ hết sương lam

Biển Thái Bình bao la và xanh ngắt
Nhớ quê xưa cũng có Thái Bình Dương
Sóng vỗ rầm rầm đập vô vách đá
Tiếng âm vang mời gọi khách lên đường

Lời Chúa phán Bình An cho trần thế
Khiến cho tôi ước vọng một mùa xuân
Không còn tên bay, đạn lạc
Không còn bắn giết hận thù
Không còn giận hờn đố kỵ
Không còn cảnh màn trời chiếu đất
Không còn ai rên la trong nhà thương
Mà chỉ còn những người từ bi, bác ái
Đem văn, thơ, nhạc, họa đến cuộc đời

Hãy hát lên những bài ca diễm tuyệt
Nắm tay nhau di chuyển dưới trời cao
Mỗi bước đi là một bước xôn xao
Đưa hơi thở vào ra trong chánh niệm
Ta sẽ thấy lòng thảnh thơi an lạc
Xóa vô minh phiền não tham sân si
Theo Đức Phật làm lành và tránh dữ

Theo Đức Chúa Hài Đồng vô cùng bác ái
Ta hãy nhớ Mười Điều Răn Trên Núi
Mà tu thân hành xử khắp nơi nơi
Thâm tạ Đất Trời, công ơn Cha Mẹ
Đã cho con một trái tim mẫn tiệp
Biết yêu thương, thông cảm với tha nhân
Và chỉ thấy một màu hồng rực rỡ
Trước sông, hồ, mây, nước của thiên nhiên

Tôi tự hỏi đâu thần uy Phật Chúa
Sao không làm vơi bớt những khổ đau
Của loài người đang sống trên trái đất
Mà dửng dưng nhìn thần dân rên xiết
Ôm đớn đau sầu não khắp châu thân
Lũ chúng tôi, mọi người đều có tội
Nên kiếp này phải trả nợ kiếp xưa

Ta hãy hướng một mùa xuân Di lạc
Mà quên đi phiền não với âu lo
Ăn bánh trưng xanh, dưa hấu cá kho
Ba ngày tết cùng cô, dì, chú, bác
Mừng mùa xuân của thế kỷ hôm nay
Rồi sẽ đi cho hết cuộc đời này
Nơi trần gian có mùa xuân mộng ước

TRẦN QUÝ TRUNG (Dr)
Dec 20.2024. 4: AM

VŨ HOÀNG THƯ

Những lóng xuân

1.

Mưa cuối năm nhẹ nhàng gõ bên cửa sổ. Âm điệu Hạt mưa buồn của Diệu Hương như một ngạc nhiên lý thú qua giọng hát Trần Thái Hòa. Cổ điển và quý phái giữa chiều mưa, *Ôi hạt mưa mưa đôi khi là tiếng cười nói vui rộn ràng... lúc ta bên người*. Không còn vui khi chỉ mình ta, thiết tha ân cần nào lại không cần đến hai người. Một mình là hư vô, hai mình thành thế giới, một thế giới chỉ có em và ta. Và mưa... Một thế giới thơ trinh. *Có em bên đời...* Thật chăng hiện hữu nhiệm mầu của thế giới này bắt đầu từ Adam và Eva, từ ta và em trong mưa. Hay thế giới khởi đầu từ hạt bụi. Hạt bụi cũng là hạt cải. Hạt cải bay từ thiền trượng của Khánh Hỷ vào thinh không, *Nhật nguyệt bao hàm giới tử trung*. Nhật nguyệt nằm trong lòng hạt cải. Lúc đó chưa có mưa. Mưa làm hạt cải đâm mầm, rồi cây cải lớn lên và chết. Cây cải chết cuối hè hóa thân thành đóa mai vàng khoe mình ở Tết. Thi sĩ nhớ hạt cải vàng, lòng khôn nguôi trăng sao và nhật nguyệt, ngồi đốt sưởi cuối đông, lửa nóng dần từ đỏ thành xanh. Ngọn thanh lô âm ỉ lời kinh.

Hold Infinity in the palm of your hand
And Eternity in an hour

W. Blake linh cảm về sự thơ trinh (*Auguries of Innocence*) bằng một bài thơ dài hơn trăm câu nhưng chỉ có bốn câu đầu là ông bước thong dong trên thượng nguồn Đông phương. Phần còn lại, như những hạt bụi của hạt cải, trôi về biển chờ hóa kiếp thành những hạt mưa. Không có mưa đá sẽ ù lì thế kỷ, đá sẽ chẳng vỡ ra thành hằng hà sa. Sẽ không có cát sông Hằng, đơn vị nhỏ nhất và cũng được dùng nhiều nhất trong sự so sánh ở Ấn Độ hơn 2500 năm trước. Ông Blake thấy nghìn thế giới nằm trong một hạt cát và thiên đàng ngự ngay tại cành hoa dại, *And a Heaven in a Wild Flower*. Câu thơ thơ mộng nhất trong những câu thơ thơ mộng của thi ca nhân loại. Ông nói ngôn ngữ Hoa Nghiêm tài tình bằng thi ca Ăng Lê. Bốn câu đầu tiên của *Auguries of Innocence*,

To see a World in a Grain of Sand
And a Heaven in a Wild Flower
Hold Infinity in the palm of your hand
And Eternity in an hour

nằm trong cát có đời thường
ở cành hoa dại thiên đường hồn nhiên

lòng tay ôm gọn vô biên
chạm thiên thu giữa hiện tiền khắc giây

2.

Những đám mây cuối năm ôm lấy vòng chân núi, chóp đỉnh xanh thẫm ẩn hiện sương mù vẽ vòng cong vào không gian trắng. Đỉnh vút như bờ ngực Aphrodite trải gió dập dìu một đêm hoang sơ Hy Lạp. Aphrodite là bọt biển hay sương trắng khi nàng trùm lấy Paris bao che chàng thoát khỏi tay Menelaus ? Câu hỏi ngàn đời cổ tích . Những ngọn gió sẽ làm tan đi bọt biển và sương. Thần thoại tan biến. Hy Lạp hoang tàn thành phế đài theo những ngọn gió mùa. Đông phong của thi ca Trung quốc, *y cựu tiếu đông phong*. Nhìn hoa nhớ đến hoa năm nào. Người xưa cũ, *hồn ở đâu bây giờ* ? Bâng khuâng trong hồn xuân thanh vắng, Thôi Hộ và Vũ Đình Liên gặp nhau. Liên tưởng sống liên lỉ. Một ngày mùa xuân, Sư Huyền Quang tình cờ gặp một cô thiếu nữ ngồi thêu thùa bên cửa. Mấy chú oanh vàng líu lo trong lùm tử kinh hoa đang rộ. Bất chợt cô gái xuân dừng mũi kim lại. Không nói. *Tận tại đình châm bất ngữ thì*. Cả một vũ trụ đứng yên vì sự không nói của cô! Cô im lặng làm mùa xuân đâm rộng mênh mông. Thế rồi cô ngước lên nhìn, ô hay thì ra mùa xuân đang tràn đầy ngoài kia. Thừa chăng mọi tiếng lời.

Nhị bát giai nhân thích tú trì
Tử kinh hoa hạ chuyển hoàng ly
Khả liên vô hạn thương xuân ý
Tận tại đình châm bất ngữ thì
(Huyền Quang – Xuân nhật tức sự)

Lơi chậm làn thêu gái xuân thì
Tử kinh hoa rộ hót hoàng ly
Yêu xuân vô hạn ngàn xuân ý
Ở lúc dừng tay chẳng nói chi
(Tức cảnh ngày xuân – VHT chuyển Việt)

Hoa nở, chim hoàng ly ca, cô gái dừng tay thêu, thoạt nhìn như không dính dấp gì nhau. Nhưng tổng thể là một khung mùa. Xuân về. Xuân đến như thế. Như lai.

3.

Người sống để nhớ. Nhớ gì khi Tết đến ? Bánh mứt và nụ lúm đồng tiền cắn hạt dưa. Hạt sen từ hạ đang nở trắng phau trong nồi đường của mẹ. Tịnh Tâm lung linh Thành Nội nằm thanh ngọt ngay ở lòng nồi mứt. Ông Blake thật đúng điệu, *And a Heaven in a Wild Flower*. Hương sen quyện theo màu len tím. Ngọt mận hồng thấp thoáng sau chậu cúc giữa một đêm trăng tháng chạp. Mận hay má dưới trăng lụa ?

spring air
woven moon
and plum scent
(Basho)

hơi xuân dường chút mời đưa
lung linh trăng lụa
mận vừa thoảng hương

Không có má, chỉ một mùi hương thoảng nhưng người cứ mơ để quên hiện tại. Tuệ Trung Thượng Sĩ đập nhẹ lấy vai, dậy đi thôi, có trăng hay hoa nào khác ?

Tạc dạ nguyệt minh kim dạ nguyệt
Tân niên hoa phát cố niên hoa

Nguyệt đêm qua cũng là trăng hôm nay. Hoa năm mới vẫn là hoa năm xưa. Chân diện mục nào ta đánh mất ?

4.

Buổi sáng lạnh, đầu hẵng lên nghe thính giác gọi lạ. Không chỉ là hương. Mùi lá thông thơm phức của đông. Xanh và lạnh. Lóng dài như ngón. Có ngón chỉ mặt trăng như lời kinh dặn dò đừng nhìn lấy ngón mà quên trăng. Có ngón chỉ mặt trời dẫn đến bình minh tinh mơ. Từng ngón tiếp hơi, người phóng vào vũ trụ bằng những ngón xuân hồng. Không còn xa, cánh tay dài là thiều quang nhóm đốt thu gần mọi khoảng cách. Như thế ta đón Tết nơi quê người.

Je construis l'An
Sur vos mains longues de l'Aube
(Thi Vũ)

Ta dựng Tân Niên trên đôi tay dài tới Bình Minh của bạn. Lóng tay dài và bình minh tròn. Sự vươn tới và hy vọng. Sẽ thấy được chân trời mới khi mọi mọi bàn tay nối dài và cùng vươn tới gặp nhau.

Rạng đông sẽ phiêu nhiên về trên những ngón xuân hồng,

Một Năm Mới dựng nguyên trinh
Tay người phới mở Bình Minh lóng dài
(VHT chuyển Việt)

VŨ HOÀNG THƯ
Giáp Tết Mậu Tý, 2008

HỒ XOA

CHÙM THƠ ĐỢI TẾT

Hoa mướp

Theo xuân em bước lên giàn
Lối quê hương sắc
Yêu hoàng hoa em
Đôi hàng trái mọng. Chiều nghiêng
Ngày đi bóng xế, ưu phiền bỏ quên

Nắng mới

Giữa ngày tháng cũ
Nắng lên
Cỏ hoa chợt thức
Tuổi tên vẫy chào
Ngôn từ phủi bụi xôn xao
Đồng xa tiếng vọng đi vào giêng hai

Thương binh

(Yêu tặng Trà Quang Hãnh)

Người về
Chân gởi phương xa
Đường quê vẫn khúc hành ca lăn đều
Nghe từ yên lặng Tình Yêu
Trăm năm một bóng diễm kiều theo sau

HỒ XOA

TIỂU LỤC THẦN PHONG
MÙA XUÂN CỐ QUẬN

Hồn lên ngút ngát người ơi
Mùa xuân ngấp nghé rạng ngời biết bao
Muôn loài
dường những xôn xao
Mai vàng đào thắm
mình nao nức lòng

Dã hoa bung nở tràn đồng
Trong ngoài cố quận
người trông lấy người
Thương nhau chín bỏ làm mười
Buông bao khác biệt cả cười hỷ hoan

Dẫu vô thường thật
hãy còn
Mong manh cái đẹp sắc son xuân về
Ùn lên khí vị bốn bề
Đất trời cao rộng
chưa hề thịnh suy

Thiên nhiên vĩnh viễn xuân thì
Tình này ý ấy có gì chăng em?
Mùa xuân cố quận êm đềm
…
TIỂU LỤC THẦN PHONG
Ất Lăng thành, 0125

TUỆ TÂM
TÌNH XUÂN THẮM TƯƠI

Xuân về muôn hoa hé nở,
Mây trời bát ngát hồn thơ.
Em ngồi mộng mơ mắt biếc,
Tình yêu ngời sáng trang thơ.
Cánh én chao nghiêng ngọn gió,
Đồng xanh thì thầm mạ non.
Bàn tay em trao hơi ấm,
Quê hương rực rỡ sắc màu.
Tình xuân thắm tươi, xanh ngời,
Yêu quê hương, yêu cuộc đời.
Bên anh, ngân nga khúc hát,
Tình ta đôi lứa đậm đà.
Cùng nhau lướt qua ngàn mây,
Yêu thương quê hương đong đầy.
Mùa xuân đất trời tươi sáng
Tình ta duyên thắm từ đây
Quê hương mùa xuân tỏa nắng,
Đồng xanh bát ngát lúa thơm.
Đôi ta dìu nhau trên lối,
Trong tim hạnh phúc tuyệt vời
Ánh mắt em như tia nắng,
Sưởi lòng anh giữa mùa đông
Xuân về trẻ thơ ca hát,
Bên nhau mùa xuân rộn ràng.
Xuân về lòng ta thổn thức,
Mộng đời êm dịu sắc hương.
Bàn tay ta xây cuộc sống,

Tình yêu mãi luôn đong đầy

TUỆ TÂM
19/12/2024

TRẦN DANH THÙY

"MÀU TÍM HOA SIM", từ thơ đến nhạc…

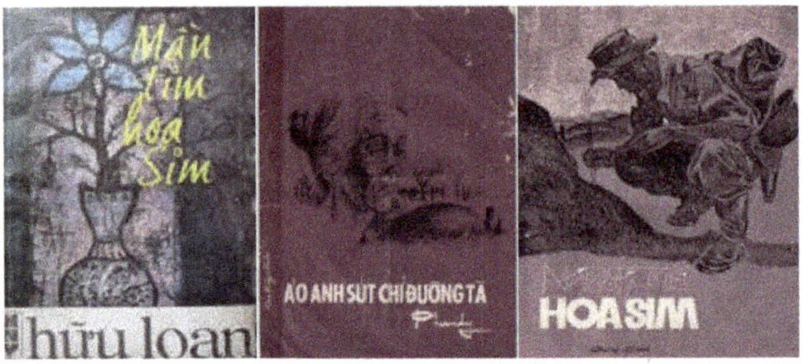

Khi giã từ cõi tạm, **Hữu Loan,** theo tư liệu, chỉ để lại cho đời khoảng 60 bài thơ, nhưng trong đó, chỉ **Màu Tím Hoa Sim**

thôi cũng đủ để những ai yêu thơ phải thổn thức, ngậm ngùi khi đọc 'bài thơ tình thế kỷ'; hoặc khi nghe những bản nhạc phổ bài thơ hoặc ý thơ ấy; hoặc khi nghe kể về cuộc tình của người sáng tác những vần thơ ấy với Nàng Thơ **Lê Đỗ Thị Ninh,** "em gái", "người vợ chờ bé bỏng chiều quê", "người gái nhỏ hậu phương"… chết đuối khi mới ở tuổi tròn trăng sau khi họ hợp hôn chỉ 4 tháng.

Sau đám cưới hết sức giản dị thời chiến tranh giữa anh bộ đội và cô thiếu nữ đẹp, Nhà-thơ-chiến-sĩ tiếp tục ra đi và cái chết đau buồn của Nàng Thơ yểu mệnh đã là nguồn cảm hứng sáng tạo của bài thơ **"Khóc vợ Lê Đỗ Thị Ninh":**

Nàng có ba người anh đi bộ đội/Những em nàng/Có em chưa biết nói/Khi tóc nàng xanh xanh/
Tôi người Vệ quốc quân/xa gia đình/Yêu nàng như tình yêu em gái
Ngày hợp hôn/nàng không đòi may áo mới
Tôi mặc đồ quân nhân/đôi giày đinh bết bùn đất hành quân
Nàng cười xinh xinh bên anh chồng độc đáo
Tôi ở đơn vị về/Cưới nhau xong là đi
Từ chiến khu xa/Nhớ về ái ngại/Lấy chồng thời chiến binh/
Mấy người đi trở lại/Nhỡ khi mình không về/thì thương/ người vợ chờ/bé bỏng chiều quê…
Nhưng không chết/người trai khói lửa/Mà chết/người gái

nhỏ hậu phương/Tôi về/không gặp nàng/Má tôi ngồi bên mộ con đầy bóng tối/Chiếc bình hoa ngày cưới/thành bình hương/tàn lạnh vây quanh
Tóc nàng xanh xanh/ngắn chưa đầy búi/Em ơi giây phút cuối/khôngđượcnghenhaunói/khôngđượctrôngnhaumộtlần
Ngày xưa nàng yêu hoa sim tím/áo nàng màu tím hoa sim/
Ngày xưa/một mình đèn khuya/bóng nhỏ/
Nàng vá cho chồng tấm áo/ngày xưa...
Một chiều rừng mưa/Ba người anh trên chiến trường Đông Bắc/Được tin em gái mất/trước tin em lấy chồng/Gió sớm thu về rờn rợn nước sông/Đứa em nhỏ lớn lên/Ngỡ ngàng nhìn ảnh chị/Khi gió sớm thu về/cỏ vàng chân mộ chí
Chiều hành quân/Qua những đồi hoa sim/Những đồi hoa sim/những đồi hoa sim dài trong chiều không hết/Màu tím hoa sim/tím chiều hoang biền biệt
Có ai ví như từ chiều ca dao nào xưa xa/Áo anh sứt chỉ đường tà/Vợ anh chưa có mẹ già chưa khâu
Ai hỏi vô tình hay ác ý với nhau/Chiều hoang tím có chiều hoang biết/Chiều hoang tím tím thêm màu da diết/Nhìn áo rách vai/Tôi hát trong màu hoa
Áo anh sứt chỉ đường tà/Vợ anh mất sớm, mẹ già chưa khâu..." (1949)

Và khi ra đời, thi phẩm lại trở thành cảm hứng dạt dào cho những nhạc phẩm bất hủ của những nhạc sĩ tài hoa: Áo anh sứt chỉ đường tà (Phạm Duy), Những đồi hoa sim (Dzũng Chinh), Màu tím hoa sim (Duy Khánh), Tím cả rừng chiều (Thu Hồ), Chuyện hoa sim (Anh Bằng), Tím cả chiều hoang (Anh Bằng), Chuyện người con gái hái sim (Hồng Vân)…

Cùng đi tìm **"màu tím hoa sim"** là thế, nhưng có thể nói **Áo anh sứt chỉ đường tà** và Những đồi hoa sim là 2 nhạc phẩm đã đưa thi phẩm bất hủ của thi sĩ Hữu Loan đến với lòng người yêu nhạc nhiều hơn cả.

Với Áo anh sứt chỉ đường tà, gần như 'tình sử' của chàng chiến sĩ-thi sĩ và Nàng Thơ trong thi phẩm tuyệt vời đã được thể hiện trọn vẹn trong một nhạc phẩm bi hùng:

"Nàng có ba người anh đi bô đội lâu rồi,

Nàng có đôi người em, có em chưa biết nói
Tóc nàng hãy còn xanh, tóc nàng hãy còn xanh
Tôi là người chiến binh xa gia đình đi kháng chiến
Tôi yêu nàng như yêu người em gái tôi yêu, người em gái tôi yêu, người em gái tôi yêu
Ngày hợp hôn tôi mặc đồ hành quân, bùn đường quê bết đôi giày chiến sĩ
Tôi mới từ xa nơi đơn vị về, tối mới từ xa nơi đơn vị về
Nàng cười vui bên anh chồng kì khôi
Thời loạn li có ai cần áo cưới
Cưới vừa xong là tôi đi, cưới vừa xong là tôi đi
Từ chốn xa xôi nhớ về ái ngại
Lấy chồng chiến binh mấy người trở lại
Mà nhỡ khi....mình không về thì thương người vợ bé bỏng chiều quê
Nhưng không chết người trai chiến sĩ mà chết người gái nhỏ miền xuôi [x3]
Hỡi ôi...hỡi ôi....
Tôi về, không gặp nàng má ngồi bên mộ vàng
Chiếc bình hoa ngày cưới đã thành chiếc bình hương
Nhớ xưa em hiền hòa, áo anh em viền tà
Nhớ người yêu màu tím, nhớ người yêu màu sim
Giờ phút lìa đời, chẳng được nói một lời, chẳng được ngó mặt người
Nàng có ba người anh đi bộ đội lâu rồi
Nàng có đôi người em, những em thơ sẽ lớn
Tóc nàng hãy còn xanh, tóc nàng hãy còn xanh
Ôi....một chiều mưa rừng nơi chiến trường Đông Bắc
Ba người anh được tin người em gái thêm đau
Và tin dữ đi mau, và tin cưới đi sau....
Chiều hành quân qua những đồi sim
Những đồi sim, những đồi sim, đồi tím hoa sim tím cả đồi hoang biền biệt
Rồi mùa thu trên những dòng sông
Những dòng sông, những dòng sông làn gió thu sang, gió rờn rợn trên mộ vàng

Chiều hành quân qua những đồi sim
Những đoàn quân, những đoàn quân và tiếng quân ca
Có lời nào ru ời ời :
À ơi ! À ơi ! Áo anh sứt chỉ đường tà
Vợ anh chết sớm, mẹ già chưa khâu…"

Trong khi đó, **Những đồi hoa sim** là tiếng khóc tiếc thương cho "người em nhỏ hậu phương tuổi xuân thì":

Những đồi hoa sim ôi những đồi hoa sim tím chiều hoang biền biệt.
Vào chuyện ngày xưa nàng yêu hoa sim tím khi còn tóc búi vai.
Mấy lúc xông pha ngoài trận tuyến.
Ai hẹn được ngày về rồi một chiều mây bay.
Từ nơi chiến trường Đông Bắc đó,
lần ghé về thăm xóm hoàng hôn tắt sau đồi.
Những chiều hành quân ôi những chiều hành quân
tím chiều hoang biền biệt.
Một chiều rừng mưa được tin em gái mất chiếc thuyền như vỡ đôi.
Phút cuối không nghe được em nói,
không nhìn được một lần, dù một lần đơn sơ.
Để không chết người trai khói lửa
mà chết người em nhỏ hậu phương tuổi xuân thì…"

Đó là 2 nhạc phẩm mang 'hồn cốt' của thi phẩm của thi sĩ của xã Nga Lĩnh. Những nhạc phẩm còn lại, khi được phổ biến, đã thêm sắc, thêm hương cho bài thơ tình chung thủy, sắc son.

Danh sách những nhạc phẩm 'hiệu ứng' của Màu Tím Hoa Sim có thể chưa chấm dứt ở đây. Nhưng trong một cố gắng tìm tòi nhỏ bé của mình, xin tri ân cố thi sĩ xứ Thanh, bài thơ khóc vợ và những danh tác âm nhạc… như cùng đi tìm một sắc hoa màu nhớ còn mãi với thời gian.

Và, có thể nói, hiếm thấy một thi phẩm, tuy là bất hủ, tuy là tuyệt tác, nào có 'hiệu ứng' từ thơ đến nhạc như Màu Tím Hoa Sim, một sự giao thoa nghệ thuật tuyệt vời…

TRẦN DANH THÙY

XUÂN THỦY
TỤNG CA

Đó là những điều bình
thường nhưng nó chẳng rời
xa đi cái điều con
Người cần đến đó là

Tình yêu đích thực hơn
Những lời hứa thời đại
Thời đại này qua thời
Đại khác nơi bản chất

Thi ca được sáng tỏ
Hơn những hào nhoáng của
Những thời đại này đến
Thời đại khác mà vẫn

Làm cho con người ta
Đau khổ còn những bài
Thơ kia những niềm tin
Lý tưởng khát khao của

Kiếp người sẽ là chưa đủ
Nếu nó chỉ dành cho
Tác giả còn chúng sanh
Kia vẫn còn đang đau

Khổ từ thời đại này
Đến thời đại kia nơi
Nghĩa trang này anh đã
Ra đi nơi anh cần đến
Không phải là một bài
Tụng ca...

XUÂN THỦY

DAN HOANG

VẠN THỌ XƯA

Tết bây giờ mấy người mê Vạn Thọ,
Nên anh trở thành một kẻ quê mùa?
Mỗi Xuân về lang thang trên phố lạ,
    Thấy Vạn Thọ như gặp cả quê nhà.
Thương mùi Vạn Thọ đậm đà hăng hắc,
Cánh hoa vàng đậm sắc những ly trà.
Có những đêm trời tuyết rơi lất phất,
    Nhắp ngụm trà thấy ấm lại hồn ta.
Anh thấy cả một trời thương yêu cũ,
Mùa Xuân về rực rỡ bướm vờn hoa.
Mẹ Cha quây quần bên đàn em nhỏ,
    Thấp thoáng màu tà áo mới bà ba.
Vạn Thọ thắm vàng đầu làng cuối xóm,
Thấm đẫm hồn quê mộc mạc chân tình.
Tiếng gọi Bầu Cua náo nhiệt từng tụm,
    Mứt Thèo Lèo dòn rụm tiếng cười thanh.
Chúng mình lớn nhanh theo cùng năm tháng,
Tản mát trôi theo những nhánh sông đời.
Vạn Thọ một thời rực miền đồng ruộng,
    Cũng lạc loài trên mảnh đất quen hơi.
Anh sống xa xôi bên trời phiêu lảng,
Mang trong tim tình nghĩa nặng quê hương.
Vạn Thọ đỏ, vàng, sắc mầu duyên dáng,
    Như mảnh tình quê thấp thoáng trong hồn.
Đời phong ba bồn chồn bao cái Tết,
Mùi Vạn Thọ sao mãi cứ quẩn quanh?
Cũng trà xanh, mứt, bánh chưng, bánh Tét…
Kỷ niệm xưa mà cảnh mới buồn tênh!

DAN HOANG - *Phố biển, 01/03/25*

HUỲNH VIẾT TƯ

Hương sắc mùa xuân rạng rỡ đất trời

1.

Tôi đã từng thắc mắc tại sao mùa xuân là mùa khoe sắc của vạn vật, cỏ cây và con người. Cả nhà nghèo "rớt mùng tơi" và nhà giàu "nứt đố đổ vách"! Thì ra, tạo hóa ban mùa xuân cho vạn vật những thuộc tính để tạo nên sự phát triển: Xuân sinh, hạ trưởng, thu thu, đông tàn. Ngày xưa tôi cứ nghĩ mùa đông là "tàn", nhưng nay thì khác, đông là "tàng", là tiềm ẩn... Vạn vật cuộn mình lại, như hoa sen, không chết đi mà nén lại trong củ dưới đáy hồ, trong lớp bùn, đợi đến ngày vọt lên khoe sắc hương. Con người cũng vậy, cứ ngủ cong, quấn mình trong bao lớp mền, trong phòng có lò sưởi vào mùa đông, để rồi, phơi phới sức sống mới, rậm rực xuân tình khi mùa xuân về!

Đối với người miền Bắc, hoa đào không thể bỏ qua trong những ngày Tết, thể hiện nét đẹp văn hóa, một mỹ tục dân tộc trong văn hóa dân gian Việt Nam. Hoa đào còn gắn bó với tình yêu và duyên nợ trai gái, thể hiện trong những câu ca dao, những bài hát dân ca Việt Nam thắm đượm tình yêu quê hương đất nước và tình yêu trai gái, là biểu tượng cho sự may mắn, hạnh phúc, tình bạn khắng khít, thân thiết và trường tồn. Chưng một cây đào trong nhà hoặc đem tặng người bạn yêu mến là trao yêu thương, thể hiện lời cầu chúc mong muốn mọi sự tốt lành, hạnh phúc mỹ mãn, niềm vui và sự yên ấm trong cuộc sống. Khi ngắm nhìn một cây đào có búp, có hoa, có trái, khiến lòng ta liên tưởng đến vẻ đẹp người thiếu nữ đạt đến sự vẹn toàn sắc hương.

Trong những câu ca dao: Đi ngang thấy búp hoa đào/ Muốn vào mà bẻ sợ bờ rào lắm gai hay Bông đào choi chói nở ra/ Giơ tay muốn hái sợ nhà có cây. Đến cội cành cây đào cũng không thể nào bỏ qua: Công anh gánh đất đắp cội cây đào/ Công anh rào giậu để cho ai vào hái hoa?; hoặc đào non mơn mởn: Thấy em mắt phượng môi son/ Mày ngài, da tuyết đào non trên cành. Khi người con gái đã qua thời xuân sắc, nhưng chưa phải đã hết duyên: Hoa đào héo nhuỵ anh thương/ Anh mong bẻ lá che sương cho đào. Tuổi xuân của người con gái thường được liên tưởng đến một đời hoa: Hoa tàn nhuỵ rữa cũng là lúc em phai dần tuổi xuân thì: Thân thiếp như cánh hoa đào/Đang tươi đang tốt thiếp trao cho chàng... Hoa đào và những cô gái trẻ, mảnh mai và yếu đuối liễu yếu đào tơ, tuy nàng đào óng ánh mà căng đầy nhựa sống. Và, khi trái đào chín như má người thiếu nữ đôi tám hây hây đỏ hồng. Thật hồn nhiên, thật quyến rũ, thật lòng ta muốn...

Người miền Nam thích chưng mai trong ngày tết, vì quan niệm hoa mai quý nhất trong các loài hoa, hoa rực rỡ vào mùa xuân khi tiết trời ấm áp, có năm cánh hoặc nhiều hơn, có hoa mềm mại mỏng manh, nhưng cho đến khi rơi rụng nhan sắc vẫn còn tươi nguyên. Hoa mai kết thành vòng tròn tượng trưng cho Ngũ phúc thần, mang lại sự may mắn thịnh vượng, nên gia đình nào cũng muốn có cây mai trong nhà. Mai còn được cho là hiện thân của kẻ sĩ, của đấng trượng phu, dù thời tiết đổi thay, ấm áp hay giá buốt vẫn nở đúng mùa xuân.

Từ xưa đến nay, người Việt đã dùng hoa mai để chưng trong những ngày tết, có khi ra tận tháng Giêng. Bởi mai được xem là quý nhất trong tứ quý: mai, lan, cúc, trúc. Hoa mai là biểu tượng của vẻ đẹp trong sáng, thanh tao, của tinh thần kiên cường, bất khuất. Với ý nghĩa đó, những nhà văn hóa Việt Nam như Nguyễn Du đã viết: Mai cốt cách, tuyết tinh thần. Một loài hoa bình dân mà mỗi vườn nhà ai ở miền Nam, miền Trung đất Việt ở đâu chẳng có, nhưng mỗi lần nhìn ngắm hoa mai vàng tươi màu sáng, cái mùi nhẹ nhàng ngan ngát thơm xông vào mũi, làm lòng ta cứ lâng lâng thư thái, thỏa lòng giấc mơ hoa…

Hoa mai đã trở thành đề tài cuốn hút các nghệ sĩ xưa và nay, khắc hoạ thành những áng thơ bất hủ: Đừng tưởng xuân tàn hoa rụng hết/ Đêm qua xuân trước một nhành mai. Tri phủ Hán Dương nhà Thanh là Ngải Tuấn Mỹ đã tặng Nguyễn Tư Giản (1823-1890) khi ông này đi sứ sang Tàu: Thập tải luân giao cầu cổ kiếm/ Nhất sinh đê thủ bái mai hoa (mười năm đàm đạo tìm kiếm cổ/ Một đời chỉ cúi trước hoa mai). Các thi sĩ nhìn mai bằng một biểu cảm cao nhất, tâm hồn dào dạt cảm xúc. Nguyễn Du: Nghêu ngao vui thú yên hà/ Mai là bạn cũ, hạc là người thân. Nguyễn Trãi thì ví những cánh mai rơi như ngọc rụng: Ngắm hoa tàn xem ngọc rụng, Xuân đến hoa nào chẳng tốt tươi/ Yêu mai vì tiết sạch hơn người…

Hoa đào và hoa mai, cả hai loài hoa này là nguồn cảm hứng của giới văn chương-nghệ thuật, như là nét cao sang, thanh nhã và đáng yêu của người phụ nữ. Ngày nay, khi nước nhà thống nhất, người dân hai miền Nam Bắc đều thích chưng cả hai loài hoa mà con người đã trân quý này trong ngày Tết truyền thống dân tộc. Khi đó, bạn cùng ta hớp một ngụm trà ngon đất Việt, trầm ngâm ngồi ngắm hồng đào, mai vàng nở rộ, lòng bỗng như chợt nhẹ nhàng thanh thoát, bồi hồi tưởng nhớ một thuở yêu và thương ắp đầy bao kỷ niệm. Và cái dịu vợi của thời gian, cái huyền ảo của không gian đưa ta về những kỷ niệm sâu và xa của chuyến đò đời đầy ảo mộng mang mang như qua dòng sông băng lấp lánh vạn sắc màu…

2.

Lại nhớ về cái ngày xưa yêu mến ấy, tại làng quê Cẩm Nam, cách một dòng sông Hoài là phố cổ Hội An. Mùa xuân là mùa của hoa cỏ trong từng vườn nhà. Cái diệu vợi ngồng hoa cải, cái lúng liếng ngọn thì là, cái vàng tươi giàn hoa mướp, cái đỏ ngầu mồng gà, hồng, hàng vạn thọ dọc dài con đường nhỏ ra đến ngõ, rồi nàng cúc, hoa đồng tiền… cũng không chịu “thua chị, kém em”! Lúc bấy giờ, làng tôi cây mai cũng ít được trồng, nhà có, nhà không. Nhà tôi không trồng được hoa mai, vì diện tích mảnh vườn tuy không nhỏ nhưng chỉ dành cho rau cải, để có cái mà luộc, kho, muối thành dưa dành cho mùa đông...

Vườn nhà không trồng mai, mà chúng tôi lại không chịu thiếu cành hoa mai trong nhà ngày Tết. Nên có một kỷ niệm khó quên, dù đã nửa thế kỷ trôi qua. Lợi dụng đêm Ba mươi tết, trời tối, mọi người, mọi nhà lo canh chừng nồi bánh tét, cậu em tôi lẻn qua nhà ông bác, cách đó vài ba cái vườn, bẻ mấy cành mai. Khi đem về mới chưng hửng là không có bình để cắm. Tôi nẩy ra "sáng kiến", đập vỡ miệng cái chai cho rộng để cắm vào. \

Ngày mồng Hai tết, ông bác đến nhà chúc tết. Một tình huống bất ngờ nên chúng tôi chưa kịp mang bình hoa đem giấu. Ông bác ngồi uống chè tươi, ăn mứt gừng một cách ung dung và nói chuyện với ba tôi. Sau khi chúc tết xong, ông cười, chỉ vào cái chai cắm mấy cành mai bẻ trộm đêm Ba mươi, rồi khen năm nay nhà tôi có bình hoa mai đẹp! Chúng tôi "có tật giật mình", chẳng thốt được một lời nào. Ba tôi bình tĩnh cười và đáp lễ: "Chúng nó làm chúng ta nhớ lại cái ngày xưa của chúng mình…". Thật không có câu biện hộ nào thông minh hơn! Cả hai ông cùng cười to, lúc bấy giờ, chúng tôi chẳng hiểu mô tê!

Ngày tết ở Hội An còn có nụ tầm xuân được nhiều người tìm mua về trang trí. Người ta cho biết, hoa này với những nụ hồng nhỏ nhắn, truyền cảm hứng cho người ngắm hy vọng, tạo niềm tin và nghị lực mạnh mẽ. Tùy theo màu sắc, hoa cẩm chướng mang ý nghĩa khác nhau, màu đỏ thể hiện sự ái mộ, màu trắng thể hiện sự ngọt ngào và đáng yêu, ngây thơ, trong sáng, món quà may mắn cho phụ nữ. Hoa thủy tiên được chọn là loài hoa tháng Ba, tháng cuối cùng mùa xuân. Màu vàng tươi sáng của hoa, biểu tượng sự hồi sinh - một năm bắt đầu từ mùa xuân! Thủy tiên vàng thể hiện tình yêu đơn phương, lòng yêu mến và kính trọng, tinh thần và phong cách hiệp sĩ. Nàng lưu ly gợi nhớ những hoài niệm yêu thương và tình yêu chân thành. Hoa đồng tiền nở quanh năm, nhưng vào mùa xuân nó được nhiều người ưa thích, vì cho rằng, hoa mang đến nhiều tài lộc, tiền của. Nó còn tượng trưng cho hạnh phúc, cuộc sống tươi sáng và vui vẻ, đôi khi chỉ vì cái tên... tiền là tiên là phật!

Những loài hoa tiêu biểu mùa xuân được trồng ở các làng hoa Hội An. Chuẩn bị cho ngày Tết đến, xuân về, người trồng hoa đang cắt tỉa những cành quất, nhường nhựa sống cho các chùm quả sây chín đều. Khi thời tiết ngày nắng, đêm mưa, thuận lợi cho những giỏ phong lan xanh non mơn mởn; những chậu hoa hải đường trang trí các con đường hoa Hội An, Đà Nẵng từ bàn tay người trồng hoa đã kỳ công chăm sóc.

Ngày nay, nhiều làng xung quanh đô thị cổ Hội An đã được

trồng và phát triển các loài hoa và cây cảnh, trở thành một trong những làng nghề đem lại nhiều thu nhập cho người nông dân và làm đẹp thêm cho làng quê, cho Hội An vơi đi cái cũ kỹ, u sầu nhân thế với những điểm nhấn là các không gian hoa và cây cảnh. Các xã phường Cẩm Châu, Cẩm Hà, Thanh Hà, Tân An, Cẩm Phô, Cẩm Thanh, Cẩm Nam… là những nơi trồng nhiều loài hoa đặc trưng, như mai chậu tạo thế, quật chậu chiếm phần lớn trong các loại hoa cây cảnh khi mùa xuân về.

Hiện nay có vài chục loại hoa khác nhau với hàng trăm giống, đa dạng và phong phú về chủng loại, được du nhập từ nhiều địa phương khác như cúc, lily, layơn, mãn đình hồng, thủy tiên... Điều này cho thấy, hoa cây cảnh trồng ra ở đây được người mua đón nhận tốt. Riêng các loại hoa mai, mãn đình hồng, lily có lúc do thời tiết thất thường nở không đúng dịp Tết âm lịch nên tỷ lệ tiêu thụ thấp, người trồng gặp khó khăn, họ trồng thêm loài xương rồng, bán được quanh năm, chịu đựng với thời tiết khắc nghiệt, dễ chăm bón và không sợ rớt giá.

Muốn nâng cao hơn nữa hiệu quả, người làm vườn phải nắm chắc kỹ thuật, trang bị kiến thức từng loại cây trồng và thường xuyên theo dõi thời tiết để có kế hoạch sản xuất, giảm trồng những loại hoa cây cảnh khi thấy khách hàng ít mua. Tập trung đầu tư nâng cao chất lượng, giá trị cây trồng để tiêu thụ nhanh, giá bán cao, rủi ro thấp. Các loại hoa huệ, ly ly, cẩm chướng, cát tường, cúc… được dành nhiều diện tích đất hơn vì được thị trường ưa chuộng. Thời tiết ở miềm Trung và Hội An diễn biến bất thường, gây khó khăn cho người trồng trong việc xác định thời vụ, chăm sóc, xử lý ra hoa, hình thành và phát triển quả đúng hạn, chất lượng bị ảnh hưởng. Công tác hỗ trợ đầu tư, áp dụng tiến bộ khoa học kỹ thuật còn hạn chế, chưa đáp ứng được yêu cầu, đó là những khó khăn của người trồng hoa cây cảnh.

Quá trình đô thị hóa diễn ra nhanh chóng, diện tích đất sản xuất ngày một thu hẹp, nên phải chú ý khi triển khai các dự án quy hoạch vùng sản xuất hoa cây cảnh. Vì nhu cầu sản lượng hoa cây cảnh ngày càng cao, nên người trồng phải chuyển đổi cây trồng sang hướng mới. Những bất cập cần được khắc phục, để hỗ trợ người trồng hoa cây cảnh đạt giá trị kinh tế cao hơn. Hiện nay, người trồng đã sử dụng phân bón lá thủy phân từ trùn quế. Phân được tạo ra từ việc trộn chế phẩm sinh học thủy phân trùn quế, với một lượng nhỏ phân hữu cơ, để bón lót hoặc phun tưới dung dịch chứa chế phẩm vào cây trồng. Nhờ được bón đúng quy trình hướng dẫn nên cây có hoa khỏe, lá dày, độ xanh đồng đều và hoa nở bông to, cuống hoa đều, đẹp mắt vì dáng cong lả lướt một cách tự nhiên. Mật độ bông và nụ trên mỗi cây nhiều hơn so với thông thường, bảo vệ được môi trường, kháng được các loại bệnh nấm, sâu rầy…

Loại phân này dễ sử dụng, tốn ít công sức lao động, giá thành mua nguyên liệu thủy sinh rẻ hơn nhiều so với phân hóa học, nhất là đối với hộ có diện tích trồng lớn, an toàn với sức khỏe người trồng và chăm sóc hoa, có lợi cho thổ nhưỡng. Khi áp dụng với hoa đồng tiền, hoa hồng, thời gian cây sinh trưởng dài, trổ bông liên tiếp, thu hoạch bông nhiều lần mà cây vẫn chưa tàn, các loại cây hoa trang trí, treo giàn tuổi thọ dài lâu hơn. Trồng các loại hoa cây cảnh mang lại giá trị thu nhập cao như mai, quất, cam thế... Sự cần cù chăm tỉa, chắt chiu dành dụm, chỉ sau vài năm, người trồng đã tạo được nguồn vốn lớn, nếu biết đầu tư sắm mới nhiều trang thiết bị như máy phát điện, máy phun thuốc, máy bơm nước, đèn điện chiếu sáng, các phương tiện, dụng cụ khác nhằm nâng cao năng xuất.

Để mở rộng kiến thức, ngoài việc lấy kinh nghiệm từ thực tế phong phú, người trồng tìm tòi, học hỏi, áp dụng tiến bộ khoa học kỹ thuật vào sản xuất. Người trồng hoa cần học tập kỹ thuật trồng từng loại hoa, cây cảnh, tìm thêm các giống hoa chưa có mà thị trường đang cần. Sự chia sẻ kinh nghiệm, trao đổi kiến thức, hỗ trợ nhau trồng hoa, cây cảnh tại địa phương cũng là yếu tố để phát triển nghề hoa đạt đến thành công khi thương mại hóa, thương hiệu hóa, mang lại lợi ích kinh tế, có thể làm giàu từ nghề trồng hoa, cây cảnh tại quê nhà khi mà “nền công nghiệp không khói” đang chiếm ưu thế.

3.

Hoa cây cảnh ở những làng hoa Hội An đã liên kết các vùng miền, trở thành bạn hàng của các làng hoa. Phù sa Thu Bồn màu mỡ đã tạo nên thổ nhưỡng phù hợp với nhiều loại hoa và sự sáng tạo, bàn tay tỉ mẩn con người xứ Quảng Nam đã hun đúc nên nghề trồng hoa Hội An, tạo thành một vành đai rực rỡ hoa, cây cảnh vây quanh phố, lồng vào trong phố, góp phần xây dựng Hội An, một đô thị cổ sinh thái, văn hóa du lịch bền vững. Mỗi xã phường chuyên canh một số loại hoa cây cảnh: Cẩm Châu, Cẩm Thanh chuyên trồng hoa cúc, hoa loa kèn, hoa hải đường… Tân An, Cẩm Hà, Thanh Hà chuyên trồng cây quất. Cẩm Châu nổi tiếng với nghề trồng mai lấy giống từ Sa Đéc. Trà Quế nổi tiếng với nghề trồng rau cũng xen canh trồng hoa phục vụ thị trường Tết, cung cấp cho những ngày lễ hội, thờ cúng theo văn hóa dân gian và tâm linh người Việt.

Mỗi năm giới thiệu và tôn vinh các làng nghề trồng hoa, cây cảnh truyền thống Hội An đến người dân và du khách khắp nơi, khuyến khích các nghệ nhân, nông dân phát triển nghề trồng quật thành một thương hiệu độc đáo. Hội An đã tổ chức "Ngày hội cây quật cảnh Cẩm Hà - Hội An". Dân gian cho rằng, chưng một cây quật cảnh, cành, lá tươi xanh, quả trĩu vàng vào ngày Tết Nguyên đán, là cầu mong năm mới đầy may mắn, tài lộc và hạnh phúc trong mỗi gia đình. Người dân và du khách tham quan những cây quật cảnh mang thương hiệu Cẩm Hà - Hội An. Ở đây, phần lớn diện tích dành trồng cây quật cảnh. Những chậu quật tỏa đi khắp các tỉnh thành trong cả nước, đã mang lại nguồn thu nhập đáng kể cho người trồng, góp hương sắc mùa xuân, thêm rạng rỡ cho cảnh vật quê hương xứ sở Việt.

Những cây quật đẹp nhất vườn, được tạo hình dáng ưa nhìn, cành nhánh trĩu trái, màu quả vàng óng ả, được lựa chọn tham gia ngày hội. Không gian lễ hội trở nên hấp dẫn và ý nghĩa hơn, bởi sự góp mặt của rất đông du khách mọi miền và nước ngoài đến thăm. Những món ẩm thực xứ Quảng và các món được chế biến từ trái quật như quật ngào, nước quật, rượu quật, mứt quật… mang lại sự ngon thơm khi thưởng thức, ấm áp và thân thiện cho du khách. Khi đến với ngày hội, du khách thích có những tấm ảnh đẹp làm kỷ niệm, tận mắt chứng kiến các nghệ nhân trình diễn cách trồng cây quật, khâu, chiết, tỉa cành, tạo dáng,… Trong lễ hội còn tổ chức đấu giá cây quật cảnh đẹp, nhằm gây quỹ hỗ trợ các hộ nghèo tại địa phương, giúp họ có ngày Tết vui tươi, đầm ấm…

Quả thật, nghề chơi cũng lắm công phu, chỉ với mỗi ba bốn giò lan, vài ba chậu kiểng trước nhà, mà sáng và chiều, ta cũng tất bật chăm sóc. Nói chi đến người trồng hoa cây cảnh, cung cấp thú chơi cho bao nhiêu người, bao nhiêu nhà. Họ cứ vẫn thấp thỏm với thời tiết thất thường, nào biến đổi khí hậu, nào sự thay đổi sở thích của người chơi, sức mua mỗi năm mỗi khác, tùy theo kết quả một năm làm ăn… Người trồng vẫn miệt mài từ sáng sớm đến chiều muộn trên luống hoa, bên cây cảnh để chăm sóc một cách tỉ mẩn, vẫn nắng mưa bán lưng cho trời, bán mặt cho đất. Trừ những chủ vườn lớn có nhiều tiền để đầu tư lớn, chuyên canh, thuê mướn, còn đa số người trồng đều là xen vụ, gối vụ, sử dụng thời gian nhàn rỗi khi đã xong các công việc chính. Họ vừa trồng rồi tự mang ra chợ bán cho được giá để có tiền trang trải, đắp đổi cho ngày Tết được vui vẻ.

Mỗi năm thường đến cận kề giờ giao thừa, không gian buổi chợ khuya ngày cuối năm vẫn tấp nập người mua, kẻ bán. Thói quen nhiều người "lần không ra" cũng muốn có được một cái tết vui vẻ, những kẻ "ăn không hết" cũng muốn rẻ! Nên người bán phải chịu lỗ vốn, họ phải đập chậu, đổ đất, mang cây về để năm sau tiếp tục chăm sóc với hy vọng mới… Bức tranh ảm đạm này tồn tại trong nhiều năm qua. Mong sao những người có tiền, thích chơi hoa trong dịp Tết, đồng cảm với hoàn cảnh người bán, công sức bỏ ra của người trồng, hãy "rước" hoa sớm hơn, như là rước "phước lộc" sớm về nhà.

HUỲNH VIẾT TƯ

TRẦN THANH DŨNG
Những nếp gấp trắng xám

Ngày xuống núi vầng trăng chênh chếch bóng
Âm vực nào thả một nhánh tay xuôi
Như chiếc lá vàng thu hơn chiếc lá
Bàng bạc chi nếp gấp trắng bùi ngùi

Ta như khách lữ hành trong cô độc
Truông rậm dài đâu bóng những cố nhân
Từng thớ núi rung vang trong lồng ngực
Sớ thịt nào nghẹn máu thác bầm lên

Ừ, thì há tìm đâu màu khổ hạnh
Ta lui về như bóng núi trầm cư
Rồi sẽ tàn lụi dần đều như đất
Thời gian xanh trong tiếng nấc đứ đừ?

Nhớ những cuộc hạnh hoan cùng trời đất
Thánh thần đâu mây trắng biết về đâu?
Người từ tạ về an trong sương tuyết
Ta nhiệm mầu lặn ngụp mãi bể dâu?

Chiều rụng cuống tiếng chuông chùa điểm mạch
Ngày đêm đi, đi mút chỉ mù khơi
Ta sập sệ như một khung cửa cổ
Xác ngày trôi biệt dục ở bên trời!

TRẦN THANH DŨNG
(5.2024)

HỨA HIẾU
Ừ, thì Tết!

Ở xứ người,
tất cả mọi thứ đều được đóng hộp
thèo lèo cứt chuột
dưa muối tôm khô củ kịu
mứt này mứt nọ
để ăn tết
ngoại trừ thơ
À quên,
Thơ thì không đóng hộp
chỉ đóng tập
nhưng không để ăn tết
chỉ để ăn mừng

Tôi thì không
Không bị đóng hộp
cũng không buồn đóng tập
Thơ tôi như những con ma đêm ba mươi
ngồi chờ em đến thăm tôi
Khuya ba mươi đêm đen như mực
chỉ có con mắt của chúng là sáng
Người xưa bảo là mắt ma trơi
nhưng thơ nói là ánh nhìn của những âm binh đang còn vất vưởng
bên lề lịch sử tráo trở

Tôi chỉ nghe vậy và biết vậy
Thơ không là tôi
chỉ là cái bóng kề bên đời sống
ám ảnh và níu kéo
như nài nỉ

một hơi thở một kiếp đời
Tôi thấy và nghe
hơi thở dài và bóng mờ giữa khuya
Rồi biến mất bất chợt
như lắm câu thơ ngắt dòng
như lắm bóng đời gục ngã
bởi những đường khương tuyến méo lệch chủ nghĩa

Bao lâu nay họ vẫn về đây
chờ tôi lì xì
dăm huân chương
cho vết thương
chưa kịp tươm máu

Tôi làm gì có chứ
Bản thân tôi cũng chỉ là bại binh
và chỉ có mủ anh em
lúc nào cũng mưng
bọc

Ở xứ người,
tất cả mọi thứ đều được đóng hộp
ngoại trừ tôi
Nhưng tôi vẫn phải khui cái Tết
đã được đóng hộp
sẵn
từ trong trứng nước
để ăn tết
lỏng bỏng như thế
hàng năm.

HỨA HIẾU

LÊ LIÊN
DẤU LẶNG MÙA ĐÔNG

Có mùa Đông chạm lòng nghe se sắt
Gió vô tình mang giá buốt miên man
Mây lặng lẽ phủ bạc trời hiu hắt
Lá lìa cành rơi nhẹ tiếng thở than.

Em còn nhớ con đường quen năm ấy
Lối đi về tay nắm những bàn tay
Bước chân khẽ bên nhau qua lặng lẽ
Nhịp tim hòa trong giá buốt ngất ngây.

Nhưng rồi gió chợt đổi chiều vội vã
Bóng em đi, Đông rơi lại nhạt nhòa
Những nụ cười tan theo ngàn hoa lá
Chỉ còn anh giữ kỉ niệm hôm qua.

Dưới bầu trời mưa rơi từng tiếng nấc
Anh lạc trong miền ký ức bơ vơ
Tựa như gió, thổi buồn từng cung bậc
Chờ một người, người chẳng đến bao giờ.

Mùa Đông cũ, em quên hay còn nhớ?
Những ngày dài ngỡ mãi chẳng chia xa
Những ấm áp từng hong tình yêu nhỏ
Giờ tan đi như sợi khói chiều tà.

Nếu có thể, xin em về mùa cũ
Để một lần Đông thôi lạnh giá thêm
Để vòng tay thôi không còn ủ rũ
Và gió buồn chẳng còn gọi tên em.

LÊ LIÊN

PHAN TƯỞNG NIỆM
XUÂN NÀY TRỞ LẠI CHÙA XƯA

Đầu xuân năm ấy tôi đi lễ,
Gặp em qùy dưới niệm Phật đường.
Áo lam toả sáng lòng tín nữ,
Tôi về nhen nhúm chuyện yêu thương.

Thế rồi mỗi độ mùa xuân đến
Tôi vẫn gặp em dưới mái chùa.
Đôi mắt hữu tình em e thẹn,
Còn tôi thầm lặng mối tình vương

Rồi bỗng quê hương bừng khói lửa
Bỏ trường, bỏ sách tôi ra đi,.
Bỏ trang giấy trắng vào quân ngũ.
Ngày tháng hành quân khắp biên thùy.

Xuân này trở lại ngôi chùa cũ.
Thăm lại chùa xưa mong gặp người.
Nhớ nhung từ độ mùa xuân ấy.
Nhưng sao chẳng thấy bóng người thương!

Hỏi ra mới biết - giờ em đã
Làm người hiền phụ chốn cao sang.
Chùa xưa mỗi độ mùa xuân đến.
Thiếu một tín đồ đến thắp nhang.

Tim tôi tê dại như ai chém!
Cũng tại yêu người chẳng nói ra.
Để nay xuân đến, con tim vỡ,
Từng nỗi vấn vương - ruột đoạn trường.

PHAN TƯỞNG NIỆM

NGƯỜI SÔNG HẬU
NGHE TRONG GIÓ TẾT

Chào em màu nắng thanh tân
Nhuộm vàng hoa cúc ngoài sân lúc nào
Mầm xuân xanh mướt dạt dào
Phơi trong sương sớm ngọt ngào miên man.

Có con chim khách điệu đàng
Hót vang ngoài ngõ rộn ràng đường quê.
Trống đình đón bước ai về
Lều căng rạp dựng hội hè suốt giêng.

Hót gì chiền chiện ngoài hiên
Để bao cánh én chao nghiêng rợp trời.
Thoảng trong hương vị xuân ngời
Đẹp trang cổ tích ngọt lời mẹ ru.

Một làn mưa bụi vi vu
Rót vào thương nhớ hình như đong đầy
Bập bùng bếp lửa sum vầy
Thơm nồi bánh chín một ngày cuối năm.

Nhà xưa còn bụi cúc tần
Quê người khắc khoải tình gần lại xa
Góc vườn nhớ cội mai già
Nghe trong gió tết vàng hoa áo người.

NGƯỜI SÔNG HẬU
10/01/2025

LÊ VĂN HIẾU

CHÀO NHAU – NGHE NẮNG VỠ

**Viết tặng cô em gái sau ba mươi năm biệt tích !*

Chào nhau bằng tiếng khóc
Bằng giọng nói lơ lớ ở vùng trời rất khác
Ta nghe gió nơi em
Nghe nắng vỡ

Nghe mưa chiều nhũn đêm
Ta dần nhận ra bước chân quen
Bước chân ngày xưa ta cùng em mò cua bên cánh đồng thời thơ bé
Bước chân dập dài chênh vênh trên núi

Bước mù xa
Ngày xưa ta cùng em làm thơ
Nối nhau những vần lục bát
Bài thơ chưa bao giờ kết thúc

Mệnh đời mình lê thê
Đời anh lê thê – càng sống càng vô định tuổi
Can cớ gì bạc râu
Đời em lê thê bạt gió

Nghe sương cũng lánh mình ẩn sâu
Chào nhau bằng tiếng khóc
Bằng giọng nói câm nín
Bằng ruột mềm - hơi thở đau

Giọt nước mắt không đổi
Máu anh em ta không đổi
Ta thương cái giọng nói lơ lớ
Thương cái khoảng trời ta xa nhau ...

LÊ VĂN HIẾU

TÔN NỮ MỸ HẠNH
ĐI GIỮA MÙA XUÂN

Tết về may áo cho hoa
Nắng hồng dường như biết nói
Lung linh nắng sớm hiên nhà
Đầu cành táo vừa chín bói

Chim tha rơm về xây tổ
Nước tràn con suối ngày xuân
Đất trời xanh trong đến lạ
Thanh âm rất đỗi yên lành

Sáng ngời trong từng ánh mắt
Bình minh đánh thức muôn loài
Sóng xô những lời biển hát
Ngọt ngào một khúc tình ca

Ta quên mình là hạt ngọc
Giọt sương buổi sáng trong ngần
Mầm xanh vươn lên từ đất
Đêm về sóng sánh ánh trăng

Dâng đời hoa thơm trái ngọt
Ngập tràn hương sắc trần gian
Con chim giật mình chợt hót
Thì ra đang giữa mùa xuân

TÔN NỮ MỸ HẠNH

NGUYỄN AN BÌNH

TRÔI THEO MÙA THÁNG GIÊNG XANH

Vàng trong sắc nắng mây trời
Nghe xanh vời vợi tiếng cười thanh tân
Nhu mì lộc biếc ngày xuân
Khơi hồng bếp lửa lần khân giao thừa.

Cho men gọi đất lên mùa
Để hoa kết trái gieo mưa tươi cành
Dẫu là một chiếc lá xanh
Cũng xin dâng hết tuổi xuân cho đời.

Hoa chanh thơm mãi tóc người
Thấy trong đôi mắt một thời thanh xuân
Đắm mình giữa tháng giêng xanh
Lay phay mưa bụi dỗ dành cỏ hoa.

Nắng mai vàng ngọt mỡ gà
Thơm lừng sợi khói hiên nhà chiều quê
Ngôi nhà cho người trở về
Đầy vơi thương nhớ bộn bề nẻo xa.

NGUYỄN AN BÌNH

LÊ KHÁNH NHÂM
ĐÓN XUÂN

Muôn hoa khoe sắc thắm
Đón mùa xuân ngập tràn
Tiếng chim hót ca vang
Hoa mai vàng nắng ấm

Bắc - Nam tình sâu đậm
Rạo rực ở trong tim
Hân hoan những niềm tin
Vào ngày mai tươi sáng

Mùa xuân tràn sức sống
Hoa đào khoe sắc hồng
Mùa xuân người theo chồng
Gieo mầm xanh đất nước

Mùa xuân bao điều ước
Chan hòa tình yêu thương
Đất nước tôi kiên cường
Bốn nghìn năm vững bước.

LÊ KHÁNH NHÂM
13/12/2024

NGUYỄN VŨ SINH
MƯỜI NĂM BIỆT PHỐ

Mười năm xa thành phố thân thương
Nhớ lắm hàng cây những con đường
Bao cô thanh nữ khoe màu áo
Đồi non hừng hực lửa phi trường.

Mười năm từ biệt miền thùy dương
Nhớ cốc rượu nâng thuở vui buồn
Nghe tiếng thủy tinh cười giòn giã
Mười năm giờ tóc ngã màu sương.

Ta như con thuyền nhớ trùng dương
Khơi xa lướt sóng giong cánh buồm
Làm sao đong đếm từng giọt nhớ
Đành gởi mây bay khắp viễn phương.

Giờ đây tìm lại chút dư hương
Đời nổi trôi kiếp sống vô thường
Thân phận như con còng bé nhỏ
Trên bãi cát vàng sóng triều dương.

NGUYỄN VŨ SINH
(Diên Khánh-9-1-2025)

ĐẶNG XUÂN XUYẾN
NGẪU HỨNG ĐẦU XUÂN

Gió Ngây Ngô

Nửa đêm em rủ đi dạo phố
Nại gió cạn Đông quẩn đến rồ
Mỉm cười, khẽ nhủ: sao mà ngộ
Nửa đêm gió lại quẩn ngây ngô...
Hà Nội, 04:23 Mồng 2 Tết Ất Tỵ
(Tức 30 tháng 01 năm 2025)

Em Đến Chơi Nhà
Em đến chơi nhà, mắt như hoa
Mang theo câu ví gửi làm quà
Miệng cười chúm chím, duyên duyên lạ
Em dán mùa Xuân thắm cả nhà!
Hà Nội, 12:28 Mồng 2 Tết Ất Tỵ
(Tức 30 tháng 01 năm 2025)
-
Ngẩn Ngơ Hội Làng
Gặp em giữa hội thành làng
Yếm đào dải thắm mơ màng nắng Xuân
Ờ kìa...
Gió cứ tần ngần
Dập dềnh để nắng quện chân
níu người
Em cười
bẽn lẽn mà tươi
Nắng Xuân thèn thẹn
cho người ngẩn ngơ...

Hà Nội, 18:30 Mồng 2 Tết Ất Tỵ
(Tức 30 tháng 01 năm 2025)
ĐẶNG XUÂN XUYẾN

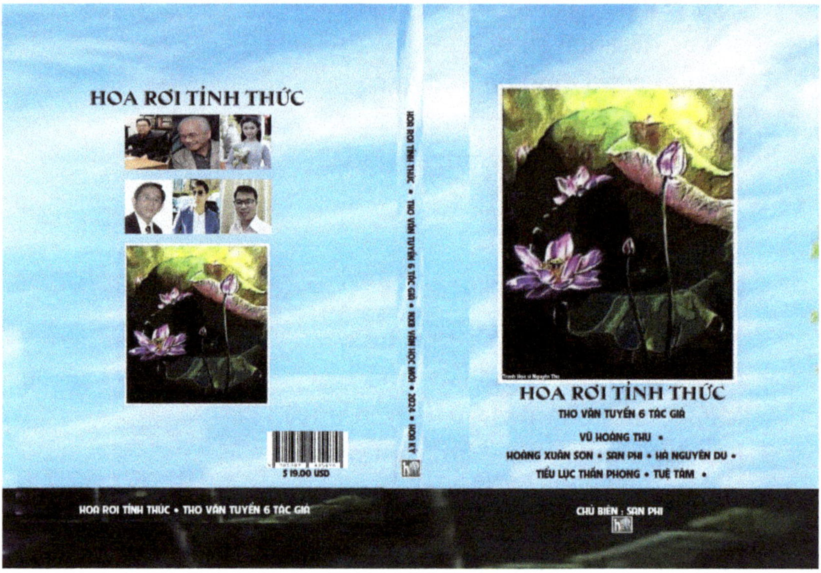

HOA RƠI TỈNH THỨC

THƠ VĂN TUYỂN 6 TÁC GIẢ

NỮ SĨ SAN PHI - CHỦ BIÊN.

***

VŨ HOÀNG THƯ
HOÀNG XUÂN SƠ
SAN PHI
HÀ NGUYÊN DU
TIỂU LỤC THẦN PHONG
TUỆ TÂM

NXB VĂN HỌC MỚI

NGÃ PHƯƠNG HUYỀN
MỖI KỲ VỚI CA KHÚC MỚI SÁNG TÁC
Thư Tòa soạn

Quí thân hữu và độc giả thân mến...

Đã bao lần có sự đề nghị về việc mở ra một tiết mục quan trọng có liên quan đến lãnh vực văn hóa, nghệ thuật nói chung … đó là: "*Mỗi Kỳ Với Ca Khúc Mới Sáng Tác*" … Nhưng BBT/VHM nhận thấy rằng việc đó mang tính "nhạy cảm", là dễ gây ra những ngộ nhận, không khéo sẽ đưa đến những "mất lòng" nhau một cách khó biện giải trong nội hay ngoại giới!!. Vì thế, chúng tôi đã khép lại những đề nghị như đã nêu trên…

Nhưng lại một lần nữa được mở ra với những đề nghị cũ… do từ một cơ duyên rất "may mắn" là từ những dây mơ rễ má của tình thâm thân hữu, dẫn đến một niềm vui và hạnh phúc khôn tả, đó là được: Nhạc sĩ Từ Công Phụng phổ bài thơ: "Người Muôn Thuở" của tôi thành nhạc, với tên mới "*Gửi Người Muôn Thuở*" (Bài thơ này của tôi nằm ở trang 156-157 trong tập thơ "*Anh Biết, Em Yêu Dấu*" được Nhà sách Tự Lực xuất bản & phát hành năm 2001…

Từ những yếu tố "*kích hoạt*" như kể trên, chúng tôi quyết định thực hiện ngay "*Mỗi Kỳ Với Ca Khúc Mới Sáng Tác*" " bao gồm đăng một, hai sheet nhạc và những bài viết về âm nhạc mang tính nghiên cứu, thảo luận, kể cả những tản mạn đóng góp vào loại hình nghệ thuật dùng âm thanh để diễn đạt, mang nặng tính quần chúng đám đông hơn cả này !! Tiểu mục do **Ngã Phương Huyền phụ trách ...**

Thưa quí thân hữu ...

Thật lòng mà nói rằng, mọi thứ trên đời đều không vượt thuyết tương đối … Việc tương tác thuần tính công tâm, bình đẳng cũng chỉ vững vàng được trong chủ quan đầy niềm tự tin, mới mong mạnh bước với những diễn tiến tốt đẹp, mang niềm vui và hạnh phúc đến với mọi người…

Trân trọng.

* Kỳ thứ **IX** khởi đăng 5 sheet nhac:

1. Em Có về Như Những Cơn Mưa_thơ Hà Nguyên Du_nhạc Trần Duy Đức
2/ Người Muôn Thuở_thơ Hà Nguyên Du_nhạc Trần Duy Đức
3/ Giam Bắt treai1 Tim_thơ San Phi_nhạc Hà Nguyên Du
4/ Phiên Khúc Phôi Pha_thơ & nhạc Hà Nguyên Du
5/ Liễu Ca_thơ Khế Iêm_nhạc Nguyễn Trung

Em Có Về Như Những Cơn Mưa

Thơ Hà Nguyên Du
Trần Duy Đức soạn thành ca khúc

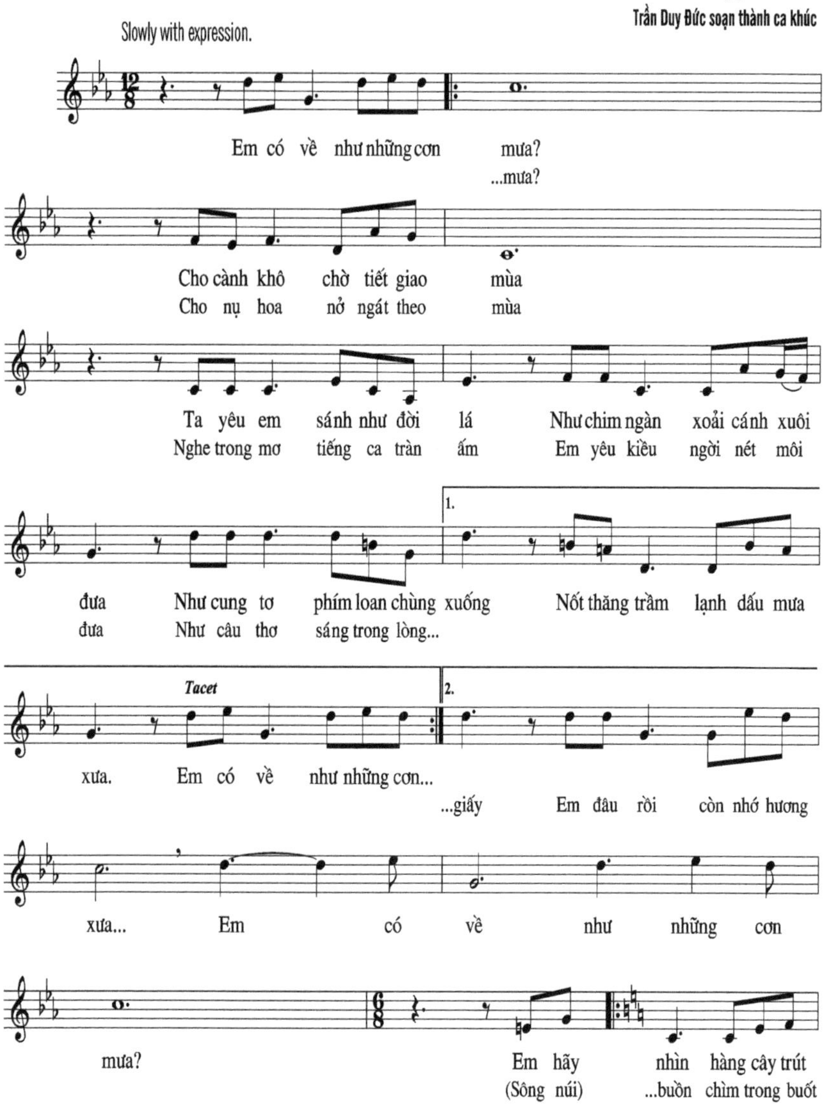

Em Có Về Như Những Cơn Mưa trang 2

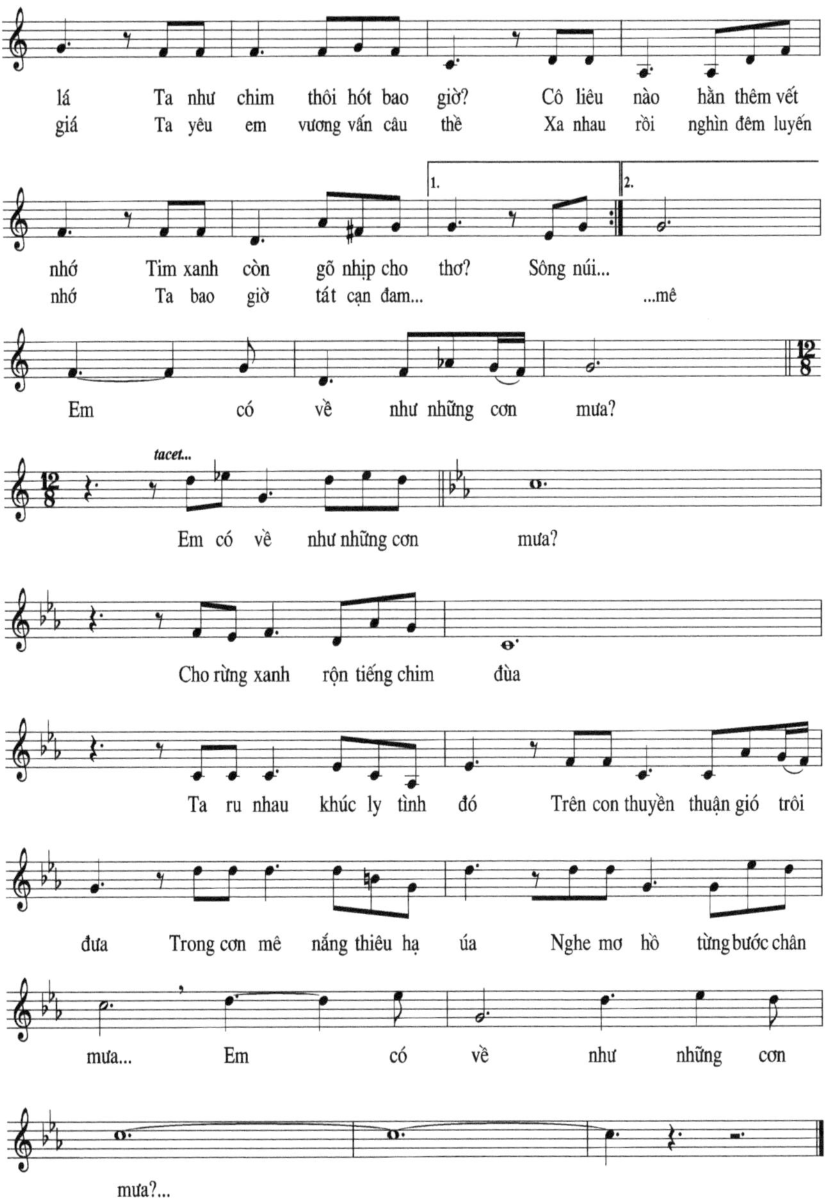

Santa Ana, California 07/1997.

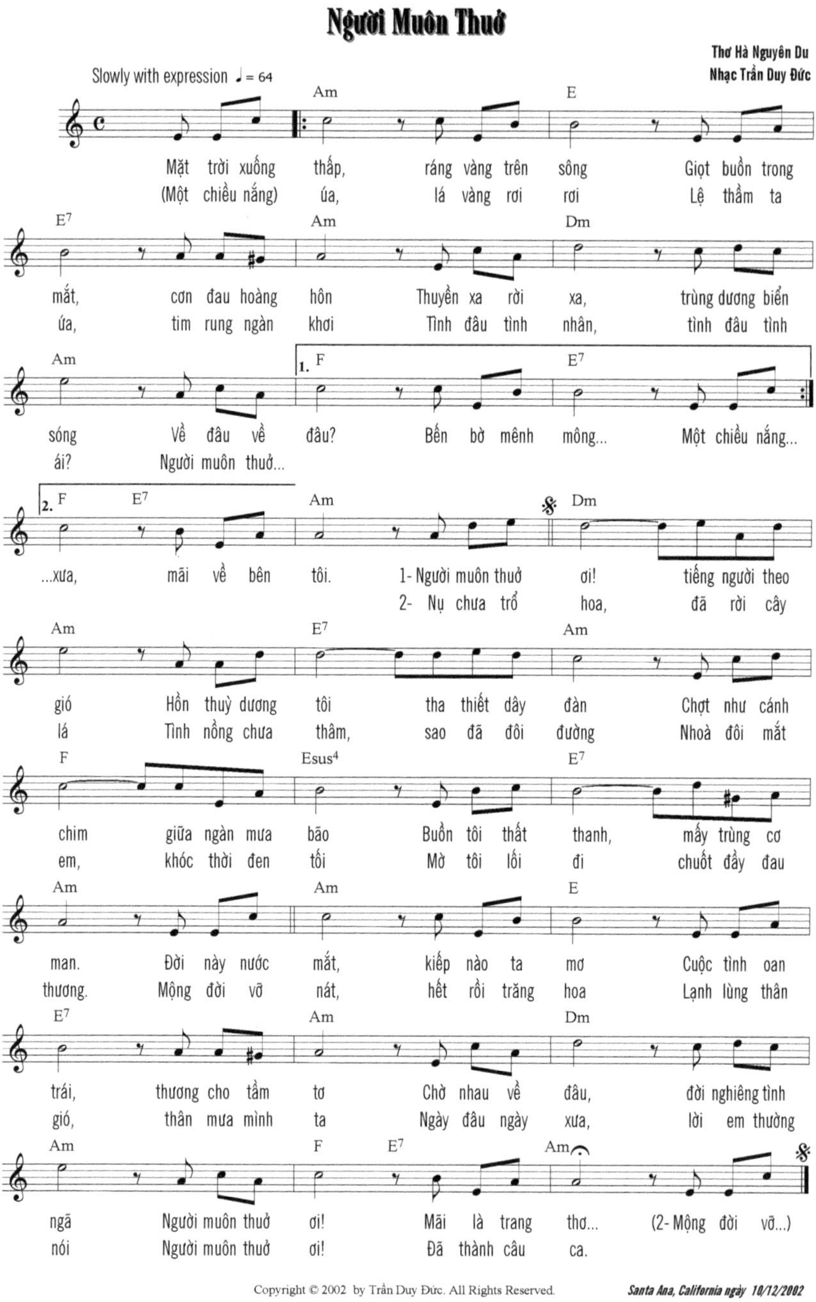
Người Muôn Thuở
Thơ Hà Nguyên Du
Nhạc Trần Duy Đức
Slowly with expression ♩ = 64
Am E E7 Am Dm Am F E7 F E7 Am Dm Am E7 Am F Esus4 E7 Am Am E E7 Am Dm Am F E7 Am
Mặt trời xuống thấp, ráng vàng trên sông Giọt buồn trong mắt, cơn đau hoàng hôn Thuyền xa rời xa, trùng dương biển sóng Về đâu về đâu? Bến bờ mênh mông... Một chiều nắng...
(Một chiều nắng) úa, lá vàng rơi rơi Lệ thầm ta úa, tim rung ngàn khơi Tình đâu tình nhân, tình đâu tình ái? Người muôn thuở...
...xưa, mãi về bên tôi.
1- Người muôn thuở ơi! tiếng người theo gió Hồn thuỳ dương tôi tha thiết dây đàn Chợt như cánh chim giữa ngàn mưa bão Buồn tôi thất thanh, mấy trùng cơ man.
2- Nụ chưa trổ hoa, đã rời cây lá Tình nồng chưa thâm, sao đã đôi đường Nhoà đôi mắt em, khóc thời đen tối Mờ tôi lối đi chuốt đầy đau thương.
Đời này nước mắt, kiếp nào ta mơ Cuộc tình oan trái, thương cho tằm tơ Chờ nhau về đâu, đời nghiêng tình ngã Người muôn thuở ơi! Mãi là trang thơ... (2- Mộng đời vỡ...)
Mộng đời vỡ nát, hết rồi trăng hoa Lạnh lùng thân gió, thân mưa mình ta Ngày đâu ngày xưa, lời em thường nói Người muôn thuở ơi! Đã thành câu ca.
Copyright © 2002 by Trần Duy Đức. All Rights Reserved.
Santa Ana, California ngày 10/12/2002

1

GIAM BẮT TRÁI TIM

Thơ San Phi
Nhạc Hà Nguyên Du

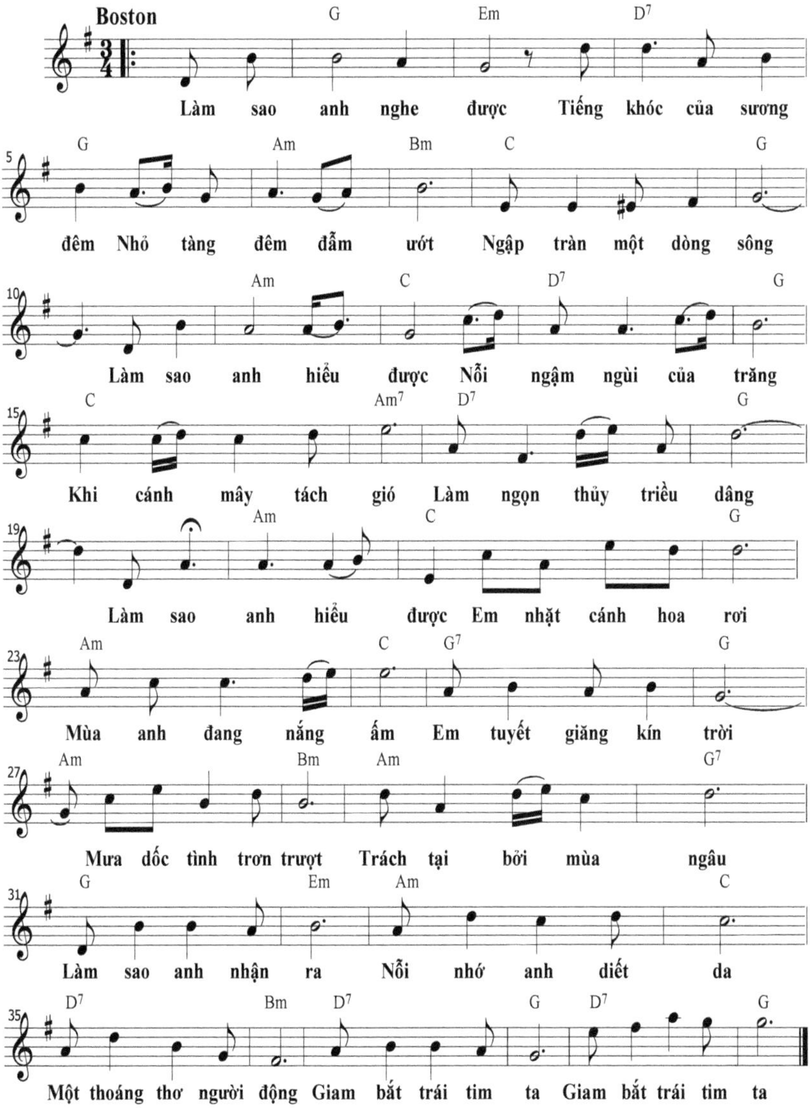

PHIÊN KHÚC PHÔI PHA

1

Thơ & Nhạc
Hà Nguyên Du

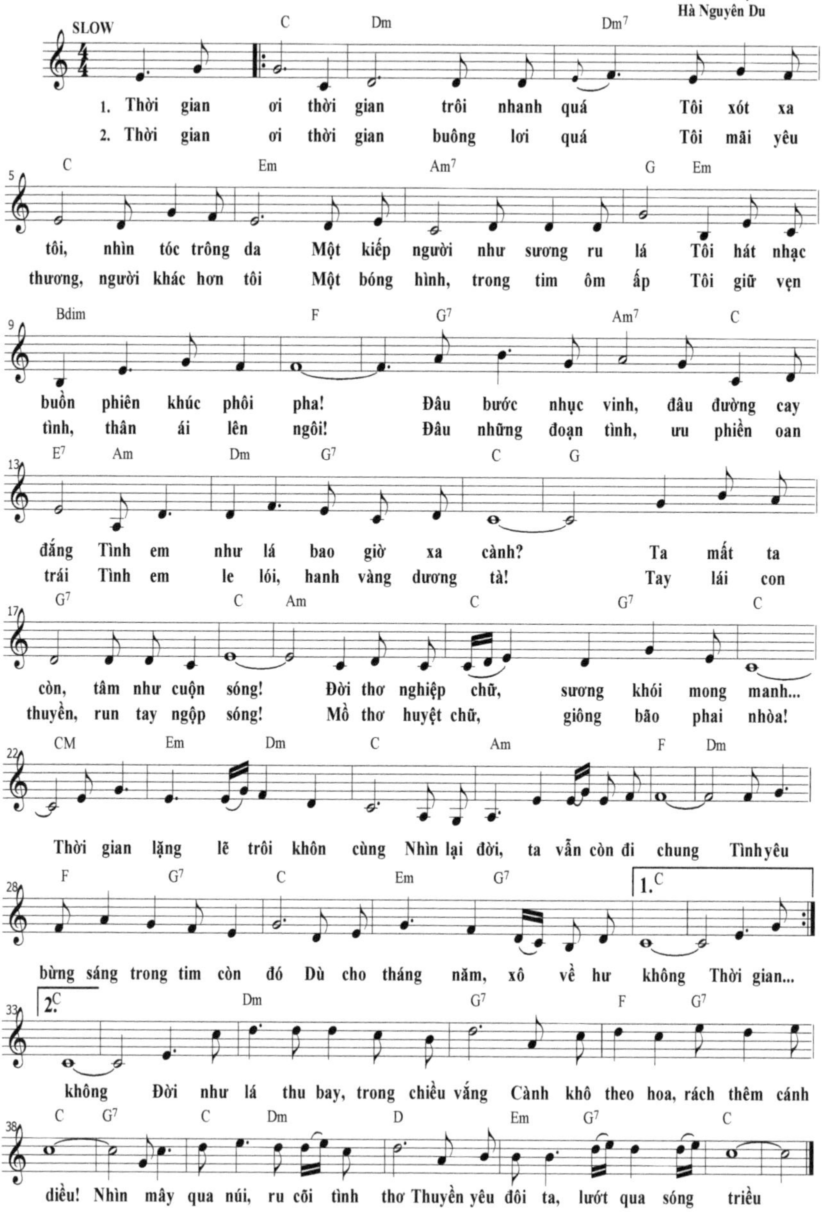

LIỄU CA

Nhạc: Nguyễn Trung
Lời: Khế Iêm

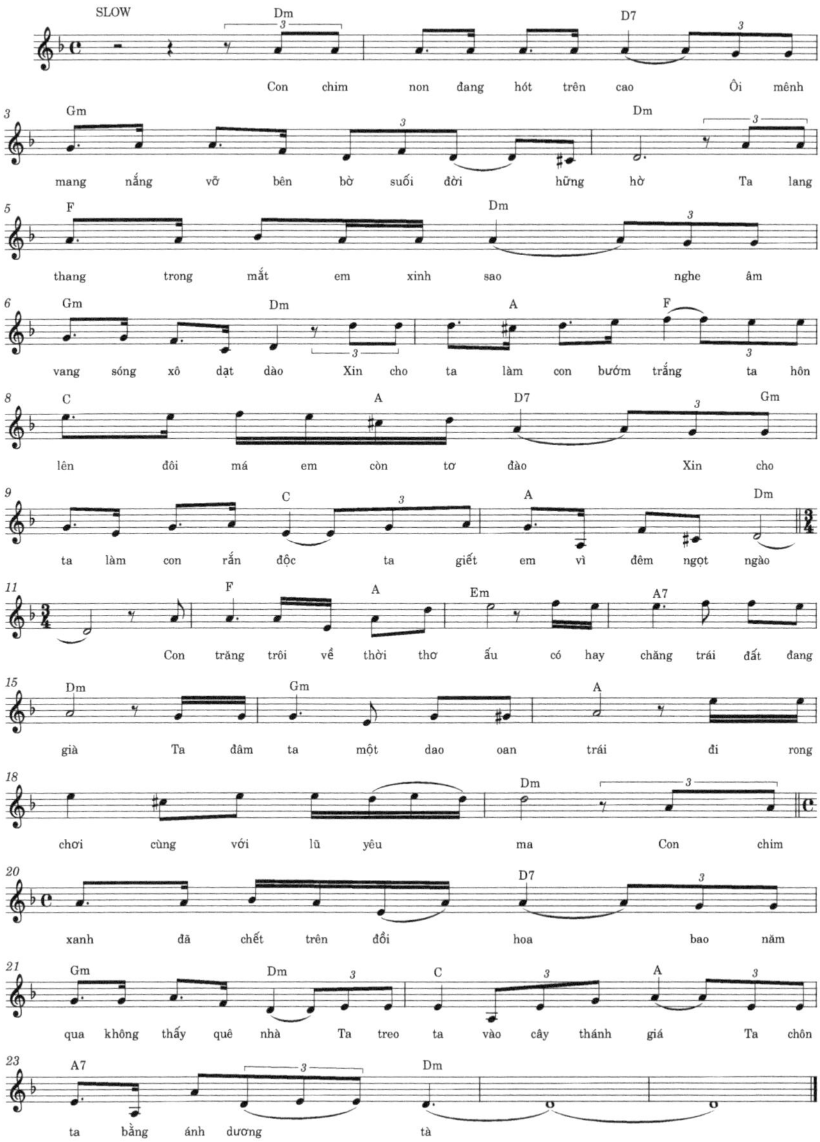

NHẬT KÝ VĂN HỌC
tạp chí văn học mới

Trong tháng 1 năm 2025, nhiều sự kiện văn học và nghệ thuật đã và đang diễn ra tại Việt Nam và trên thế giới.

Dưới đây là tổng hợp một số hoạt động tiêu biểu:

1. Triển lãm & Mạn đàm: Sự hồi sinh của nghệ thuật hiện đại ở Đông Dương

Thời gian: Ngày 7/1/2025

Địa điểm: Hội trường Ngụy Như Kon Tum, Trường Đại học Quốc gia Hà Nội

Nội dung: Triển lãm và buổi nói chuyện về sự phát triển của nghệ thuật hiện đại ở Đông Dương, với sự tham gia của các chuyên gia và nghệ sĩ trong lĩnh vực.

BÁO VĂN NGHỆ

2. Lễ hội Thiết kế Sáng tạo Hà Nội năm 2024

Thời gian: Tháng 12/2024 - Tháng 1/2025

Chủ đề: "Giao lộ Sáng tạo"

Nội dung: Lễ hội mở rộng với hơn 110 hoạt động thuộc 12 lĩnh vực công nghiệp văn hóa như kiến trúc, mỹ thuật, trình diễn, điện ảnh, quảng cáo. Điểm nhấn bao gồm các diễu hành cộng đồng sáng tạo, công trình biểu tượng, sắp đặt không gian sáng tạo, triển lãm, biểu diễn nghệ thuật và tọa đàm hội thảo quốc tế.

NHIEP ANH DOI SONG

3. Phát động Cuộc thi sáng tác Văn học, Nghệ thuật Hà Nam năm 2025

Thời gian: Tháng 1/2025

Chủ đề: "Đất và Người Hà Nam"

Nội dung: Hội Văn học Nghệ thuật tỉnh Hà Nam tổ chức cuộc thi nhằm khuyến khích các tác phẩm phản ánh vẻ đẹp và con người Hà Nam, góp phần quảng bá văn hóa địa phương.

NHIEP ANH DOI SONG

4. Hội nghị triển khai nhiệm vụ năm 2025 của Hội Văn học Nghệ thuật tỉnh Bắc Ninh

Thời gian: Tháng 1/2025

Nội dung: Hội nghị tổng kết hoạt động năm 2024 và đề ra phương hướng, nhiệm vụ cho năm 2025, tập trung vào việc thúc đẩy sáng tác và quảng bá các tác phẩm văn học nghệ thuật địa phương.

BAC NINH TV

5. Phát động sáng tác các tác phẩm văn học nghệ thuật về nghề báo và người làm báo

Thời gian: Tháng 1/2025

Nội dung: Cuộc thi nhằm tôn vinh nghề báo và những người làm báo, khuyến khích các tác phẩm phản ánh chân thực và sinh động về lĩnh vực này.

BÁO DÂN TỘC

Những sự kiện trên thể hiện sự sôi động và đa dạng của hoạt động văn học nghệ thuật trong tháng đầu năm 2025, góp phần làm phong phú đời sống văn hóa và tinh thần của công chúng.

Trong tháng 1 năm 2025, tại các quốc gia như Đức, Anh, Pháp, Mỹ và Trung Quốc, nhiều sự kiện văn học và nghệ thuật đáng chú ý đã và đang diễn ra. Dưới đây là tổng hợp một số hoạt động tiêu biểu:

1. Đức (Germany)

Triển lãm Nghệ thuật Đương đại Berlin 2025

Thời gian: Từ ngày 10/1 đến 30/1/2025

Địa điểm: Bảo tàng Nghệ thuật Hiện đại Berlin

Nội dung: Triển lãm giới thiệu các tác phẩm của nghệ sĩ đương đại từ khắp nơi trên thế giới, tập trung vào các chủ đề về môi trường và công nghệ.

2. Anh (United Kingdom)

Liên hoan Văn học Luân Đôn 2025
Thời gian: Từ ngày 15/1 đến 20/1/2025
Địa điểm: Southbank Centre, London
Nội dung: Sự kiện quy tụ các tác giả, nhà thơ và nhà phê bình nổi tiếng, với các buổi thảo luận, đọc sách và ký tặng.

3. Pháp (France)

Triển lãm "Nghệ thuật Việt Nam Thế kỷ 20"
Thời gian: Từ ngày 5/1 đến 25/1/2025
Địa điểm: Le Auction House, Paris
Nội dung: Triển lãm bao gồm 179 tác phẩm từ Đông Dương tới Đương đại, mở màn năm 2025 của Le Auction House.
TẠP CHÍ MỸ THUẬT
4. Mỹ (United States)

Liên hoan Nghệ thuật Sundance 2025
Thời gian: Từ ngày 18/1 đến 28/1/2025
Địa điểm: Park City, Utah
Nội dung: Liên hoan phim độc lập lớn nhất Hoa Kỳ, giới thiệu các bộ phim, tài liệu và tác phẩm nghệ thuật đa phương tiện từ các nghệ sĩ trên toàn thế giới.

5. Trung Quốc (China)

Triển lãm Thư pháp và Hội họa Xuân 2025
Thời gian: Từ ngày 10/1 đến 31/1/2025
Địa điểm: Bảo tàng Nghệ thuật Quốc gia Trung Quốc, Bắc Kinh
Nội dung: Triển lãm các tác phẩm thư pháp và hội họa truyền thống, chào mừng năm mới và tôn vinh văn hóa nghệ thuật Trung Hoa.

Những sự kiện trên thể hiện sự phong phú và đa dạng của hoạt động văn học nghệ thuật quốc tế trong tháng 1 năm 2025, mang đến cho công chúng cơ hội trải nghiệm và thưởng thức các tác phẩm đặc sắc từ nhiều nền văn hóa khác nhau.

NHẬT KÝ VĂN HỌC
tạp chí văn học mới

Liên hoan Nghệ thuật Sundance 2025

Liên hoan Nghệ thuật Sundance 2025 là một trong những sự kiện nghệ thuật và điện ảnh độc lập lớn nhất thế giới, thu hút sự chú ý của giới nghệ thuật và khán giả toàn cầu. Đây là cơ hội đặc biệt để các nhà làm phim, nghệ sĩ, và nhà sáng tạo giới thiệu các tác phẩm độc lập của mình.

Tổng quan về Sundance 2025

Thời gian: 18/1 đến 28/1/2025

Địa điểm chính: Park City, Utah, Mỹ (các sự kiện trực tuyến cũng được tổ chức để mở rộng phạm vi tiếp cận).

Lĩnh vực: Tập trung vào điện ảnh độc lập, nhưng cũng bao gồm tác phẩm đa phương tiện, VR/AR, âm nhạc và hội thảo nghệ thuật.

Điểm nổi bật của Sundance 2025
Các hạng mục tranh giải:

Phim truyện Mỹ độc lập: Các bộ phim được sản xuất và tài trợ tại Mỹ với góc nhìn sáng tạo, mới lạ.

Phim truyện quốc tế độc lập: Sân chơi cho các nhà làm phim trên toàn cầu.

Phim tài liệu và phim ngắn: Phản ánh đa dạng văn hóa và các vấn đề xã hội nổi bật.

Tác phẩm đa phương tiện: Bao gồm những thử nghiệm mới về kể chuyện qua công nghệ (VR, AR).

Chủ đề năm 2025:

Năm nay, chủ đề của liên hoan là "Tái định nghĩa sự thật", nhằm khuyến khích những tác phẩm khám phá các cách kể chuyện phi truyền thống, những sự thật mới, hoặc những cách nhìn mới mẻ về thế giới hiện đại.

Sự kiện nổi bật:

Công chiếu thế giới: Sundance là nơi ra mắt các tác phẩm độc lập tiềm năng đoạt giải thưởng lớn, từ Oscar đến các giải quốc tế.

Lab Series: Chuỗi hội thảo hướng dẫn các nhà làm phim trẻ về kỹ thuật, sản xuất, và tiếp thị tác phẩm.

New Frontier Program: Tập trung vào các tác phẩm nghệ thuật số và trải nghiệm tương tác.

Vai trò đối với nghệ thuật độc lập

Liên hoan Sundance không chỉ là nơi trưng bày các bộ phim độc lập mà còn là nền tảng ươm mầm các tài năng nghệ thuật. Rất nhiều nhà làm phim nổi tiếng từng khởi đầu sự nghiệp tại đây, chẳng hạn như Quentin Tarantino, Greta Gerwig và Damien Chazelle.

Lời mời cho cộng đồng người Việt tại Mỹ

Với cộng đồng người Việt tại Mỹ, Sundance 2025 là cơ hội để khám phá các tác phẩm độc lập từ Việt Nam hoặc các câu chuyện lấy cảm hứng từ văn hóa Việt. Nếu có tác phẩm tham dự từ các nhà làm phim gốc Việt, đây sẽ là dịp để bạn ủng hộ và tìm kiếm niềm tự hào cho cộng đồng.

Thông tin thêm

Độc giả có thể theo dõi các tác phẩm và lịch trình chi tiết tại trang web chính thức của Sundance (sundance.org) hoặc tham gia các buổi công chiếu trực tuyến nếu không thể đến Park City.

Liên hoan Sundance không chỉ là nơi thưởng thức nghệ thuật mà còn mở ra các cơ hội giao lưu, học hỏi và xây dựng cộng đồng sáng tạo mạnh mẽ.

NHỮNG THÔNG TIN MỚI NHẤT CÒN NÓNG NỔI:

Hiện tại, thông tin về các ứng viên cho Giải Nobel năm 2025 chưa được công bố chính thức, vì quá trình đề cử và xét duyệt thường được giữ bí mật. Tuy nhiên, một số thông tin từ các nguồn tin cậy đã tiết lộ một số đề cử đáng chú ý:

Giải Nobel Hòa bình:

Donald Trump: Vào tháng 11 năm 2024, nghị sĩ Oleksandr Merezhko từ đảng cầm quyền Ukraine đã đề cử cựu Tổng thống Mỹ Donald Trump cho Giải Nobel Hòa bình năm 2025. Ông Merezhko nhấn mạnh vai trò của ông Trump trong việc làm trung gian cho các thỏa thuận hòa bình giữa Israel và các quốc gia Hồi giáo, cũng như việc cung cấp vũ khí hỗ trợ Ukraine trong nhiệm kỳ đầu tiên của ông.
VNEXPRESS.NET

María Corina Machado: Nhà hoạt động chính trị Venezuela được đề cử vì những nỗ lực không ngừng trong việc thúc đẩy hòa bình và dân chủ tại Venezuela.
WIKIPEDIA

Mazin Qumsiyeh: Nhà hoạt động nhân quyền Palestine được đề cử cho những đóng góp trong việc thúc đẩy hòa bình và quyền con người tại khu vực Trung Đông.
WIKIPEDIA

Toàn BBT và quý cộng tác viên tạp chí VĂN HỌC MỚI :

Vô cùng tiếc thương:

Họa sĩ / Nhà thơ / Nhà văn / Nhà báo

KHÁNH TRƯỜNG

Vãng sanh lúc 4 giờ 33 phút ngày 29 tháng 12 năm 2024 tại Fountain Valley, California .

Hưởng thọ 77 tuổi

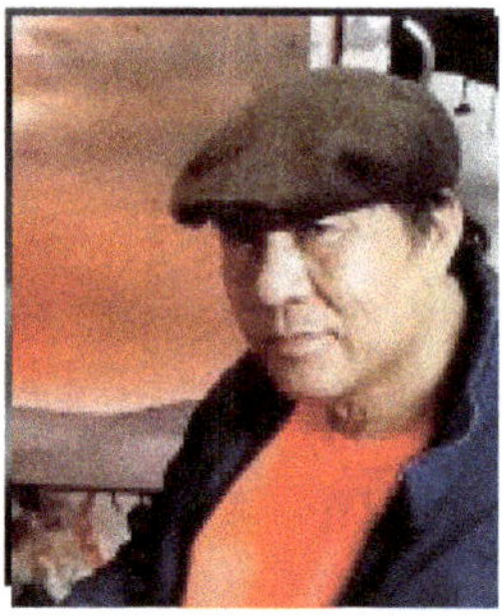

BBT Tạp chí Văn Học Mới & quý cộng tác viên ...Thành kính chia buồn cùng Chị Oanh với gia đình chị và tang quyến. Cầu hương linh Họa sĩ Khánh Trường sớm siêu thoát, an lạc cõi vĩnh hằng.!!

Hoàng Ân, Nguyễn Lương Ba, Nguyễn Thị Thanh Bình, Phạm Quốc Bảo, Nguyễn An Bình, Hoàng Chính, Lâm Chương, Khaly Chàm, Ngọc Chuyển, Quyên Di, Đông Duy, Phan Hạ Du, Viên Dung, Triều Hoa Đại, Phạm Xuân Đài, Đào Trung Đạo, Nguyễn Tiến Đức, Trần Duy Đức, Trần Vạn Giã, Vũ Uyên Giang, Truong Vu Giang, Hạ Quốc Huy, Thái Tú Hạp, Ngã Phương Huyền, Nguyễn Trung Hối (Phương D Faria),Mộng Yên Hà, Phan Tấn Hải, Trần Việt Hải, Nguyễn Thị Hồng Hải, Lê Hữu, Trần Yên Hòa, Kimchi Hoàng, Hà Huy Hoàng, Lê Văn Hiếu, Hứa Hiếu, Nguyên Hà, Khế Iêm, Đỗ Kh, Nguyễn Vy Khanh, Doãn Khánh, Sa Chi Lệ, Mã Lam, Khánh Lan, Nguyễn Thị Ngọc Lan, Nguyễn Đình Từ Lam, Ca sĩ Thanh Lan , Nguyên Lê, Nguyễn Vĩnh Long, Trần Dạ Lữ, Trang Luân, Lê Tuyết Lan, Vạn Lộc, Miêng, Phan Thành Minh, Chu Vương Miện, Tràm Cà Mau, Nguyên Minh, Phan Thành Minh, Ngô Nguyên Nghiễm, Chu Thụy Nguyên, Cổ Ngư, Mai Ninh, Nguyễn Thị Ngọc Nhung, Huỳnh Liễu Ngạn, Minh Nguyễn, Quang Nguyễn, Quỳnh Nga, Nguyễn Quang Nhạc, (Trần Văn Nam - Thu Nguyen), Nhật Nguyễn, Nguyễn Minh Nữu, Cao Mặc Niệm, Lê Khánh Nhâm, Phan Tưởng Niệm, Mộc Nhân, Đức Phổ, NP Phan, Nguyễn Nguyên Phượng, Mai Văn Phấn, Tiểu Lục Thần Phong, Hoài Phong, Chu Giang Phong, Tùy Phong, Từ Công Phụng, Hạ Đỏ Bích Phượng, San Phi, Bạch Xuân Phẻ, Lâm Bằng Phương, Đỗ Quyên, Phan Công Quan, Lữ Quỳnh, Nguyễn Văn Sâm, Hoàng Xuân Sơn, Tần Sinh, Hoàng Ngọc-Tuấn, Nguyễn Minh Triết, Phan Ni Tấn, Trần Văn Tích, Đinh Phụng Tiến, Nguyễn Đức Tùng, Khánh Trường, Ngự Thuyết, Thành Tôn, Thu Thuyền, Phan Thị Trọng Tuyến, Quỳnh Thi,, Lê Hưng Tiến, Lê Hữu Minh Toán, Xuân Thủy, Bích Thủy, Nguyễn Trí, Nguyễn Kiến Thiết, Huỳnh Viết Tư, Phạm Hồng Thái, Nguyễn Thanh Tuấn, Tuệ Tâm, Tuệ Trung, Trần Quý Trung, Trần Danh Thủy, Vọng Thanh, Huỳnh Minh Tâm, Nguyễn Đình Phượng Uyển, Trần Hoàng Vy, Trần Hạ Vi, Lưu Diệu Vân, Nguyễn Khôi Việt, Hoài Vũ, Ngô Tinh Yên, Đặng Xuân Xuyến, Hồ Xoa....

TRẢ LỜI THƯ TÍN

1/ Tòa soạn Văn Học Mới, xin chân thành cảm ơn quí thân hữu là Nhà thơ, Nhà văn, Nhà Phê Bình, Biên khảo đã hết lòng ủng hộ..

Rất cảm ơn quí vị đã vì yêu mến VHNT nên không chút lo ngại khi nhiệt tình mua báo dài hạn.

Một niềm hạnh phúc nồng nàn đầy chất khích lệ là gia hạn sự ủng hộ cũng như tiếp tục đóng góp bài vở thường xuyên ... của quí tác giả, quí mạnh thường quân...

Tòa soạn VHM cũng không quên cảm ơn quí vị mua tạp chí của chúng tôi trên Amazon, kể cả mua trong những nhà sách ...

1/Con đường "Lập Đức" của tạp chí VHM vẫn luôn là việc ưu tiên hàng đầu. Vì thế "tiếng thơm đồn xa". Vẫn có lai rai thành viên mới cộng tác, cũng do từ anh em thành viên cũ có quá trình "làm ăn khấm khá với VHM nên giới thiệu cho bạn bè của họ!! Từ đó trong VHM số 20 kỳ đã bắt đầu gia tăng tác giả mua báo dài hạn

2/ VHM một mực thể hiện tình yêu thương quí trọng đến những tác giả đã một đời sống chết với Văn Học Việt Nam, đã để lại nhiều tác phẩm đóng góp.!! (Không phải riêng vì đã cộng tác với VHM mà chúng tôi mới làm số đặc biệt tưởng niệm ...) Mà là thể hiện sống theo đạo lý của dân tộc Việt mình là "Ăn trái nhớ kẻ trồng cây hay uống nước nhớ nguồn..

Có thể kể từ khi VHM ra đời, đã làm số đặc biệt tưởng niếm đến: (Số 2) tưởng niệm nhà thơ/ nhà biên khảo văn học Trần Văn Nam. (Số 6) tri ân nhà thơ/nhà văn/nhạc sĩ Nguyễn Đình Toàn. (Số 8) là số đặcbiệt coi như vinh danh Giai Phẩm Chủ Đề do nhà văn Nguyễn Trung Hối điều hành. (Số 10) tưởng niệm hai nhạc sĩ Nguyễn Hiền và Trầm Tử Thiêng. (Số 13) tưởng niệm Thi sĩ Giáo sư Trần Hồng Châu. Số 16) tưởng niệm nhà thơ Kim Tuấn... Và đến số 20, tưởng niệm nhà thơ/nhà văn Hoài Ziang Duy, một tác giả cộng tác đắc lực với tạp chí Văn Học Mới...Đến số 21 là số không chủ đề gì ...

3/ Trong trang Trả Lời Thư Tín thường kỳ, bổn báo xin giữ nguyền 2 phần trả lời 1& 2. Mục đích để có sự liên tục khi nói đến gồm có bao nhiêu số mà VHM đặc biệt tưởng niệm đến những VNS mà chúng tôi đã làm trong mấy năm qua. Chúng tôi sẽ thông báo trước ít nhất 2 số, về dự trù cho những số tiếp theo sẽ là số tưởng niệm và bài viết chuyên đề về Ký giả / Nhà văn / Thi sĩ Hoài Trinh (trong thời kháng chiến chống Pháp, có in trong cuốn "Thi Nhân Việt Nam Hiện Đại Quyển 1 - Do Phạm Thanh biên soạn - NXB Sống Mới 1959). Nhưng sau khi thảo luận với các nhà biên khảo thì bị trở ngại, bởi 1 lý do thiết yếu và duy nhất là Thi sĩ Hoài Trinh, dù nổi tiếng trong những thập niên trước của thời ông sinh hoạt, nhưng chí có nhiều bản thảo về truyện và thơ mà chưa bung ra đời bằng sách xuất bản. Từ đó kêu gọi người viết thì thiếu hẳn tài liệu. Chính vì thế chúng tôi sẽ tiếp tục tưởng niệm hay vinh danh những tên tuổi dưới đây:

Số 28 Vinh danh Nhà Văn Nguyễn Văn Sâm
Số 31 Tưởng niệm Nhà văn Nguyễn Xuân Hoàng
Số 32 Tưởng niệm Nhạc sĩ Đỗ Lễ
Số 33 Vinh Danh Nhà Thơ Hoàng Xuân Sơn
Số 34 Bắt đầu phát hành vào tháng 11.2024 - mỗi tháng ra 1 số báo ...

4/ VHM số 24 tưởng niệm Nhà văn Nguyễn Trung Hối

5/ Trong 2 tháng vừa qua, VHM làm hai số dồn một, tức là số "22 &23" thuộc số tháng 2 năm 2023 Xuân Quí Mão. Chính bổn báo cũng không ngờ rằng với chỉ mục đích là "Kỷ Niệm 5 Năm Phát Hành Văn Học Mới" thôi!! (Theo dự trù là nhằm giới thiệu sự nghiệp sáng tác của mỗi tác giả) nên dành nhiều trang để họ có dịp tỏ bày... Ngờ đâu rằng "phóng lao thì phóng theo lao" ... Số trang tăng vọt lên chưa từng có trong lịch sử của mọi thời, mọi tờ báo Văn Học. (tăng gần 8 trăm trang). Khiên tờ báo nặng ký như cuốn tự điển.... Phát hành xong, mỗi tác giả đều có trong tay, hẳn nhiên sự trố mắt nhìn và tóm tắt khen ngợi không tiếc lời!!

6/ Trong Văn Học Mối số 22 & 23 Xuân Quí Mão vừa qua, có số lượng tác giả gia hạn mua báo dài hạn cũng tăng đều đặn.... Bổn báo chân thành cảm ơn quí tác giả tích cực cộng tác với VHM và nhiệt tình ủng hộ báo dài hạn. Một hành động nhân quả tốt đẹp là một niềm khích lệ vô cùng lớn lao cho tờ báo thêm mạnh bước chân cứng đá mềm!!

7/ VHM số 27 & 28 đã công bố trước ngày bắt đầu của "Giải Thơ Văn Học Mới 2024" . Thật sự ngày tháng bắt đâu nhận bài là giữa tháng hai và kết thúc đến giữa tháng 5 > Tháng 6 mới công bố kết quả giải, nhưng từ khi bắt đầu công bố sớm trên VHM số 27, đã có hàng loạt người ở khắp nơi đã gửi bài dự thi trước rồi, Đó là một biểu hiện tích cực đầy lạc quan cho Giải Thơ mang tính đột phá và thăng hoa cho "dòng chảy VHNT" ở Hải Ngoại của chúng ta....Mãi cho đến VHM số 29 Xuân Giáp Thìn cận kề đến, số lượng người tham dự càng tiếp tục gia tăng hơn. Chúng tôi đang chuẩn bị đánh "số mật mã cho mỗi tác giả" để giữ công bằng và gửi đến mỗi giám khảo trong hội đồng chấm giải...

8/ <u>Xin quý tác giả **LƯU Ý**</u> , khi gởi bài cho Văn Học Mới - **Bộ mới phát hành mỗi tháng ra một số (1 Tháng / ra 1 số - "Nguyệt San Báo) :**
- Về thơ: Không quá 3 trang...
- Về Truyện ngắn: Không quá 12 trang, nếu hơn ... có thể đăng làm 2 kỳ)

BÀI VỞ GỞI VỀ VĂN HỌC MỚI:

Gởi sáng tác, xin kèm theo địa chỉ, tên thật (có thể), số phone và Email. Gởi đến Văn Học Mới xin vui lòng đừng gởi báo khác. ***Nay Văn Học Mới phát hành theo định kỳ mỗi tháng ra 1 số. Như vậy trong vòng 1 tháng sau đó mà không thấy đăng, thì quí vị có quyền đăng báo khác. Điều quan trọng Văn Học Mới muốn nhắn nhủ đến quí tác giả là: Chúng tôi không đăng bài đã: 1/Đăng trên Facebook. 2/ Hoặc bất cứ đâu. 3/ Không nhận bài vở viết tay...***

Văn Học Mới xin quí vị lưu ý: là tạp chí **không có qui định trả tiền nhuận bút cho bất cứ tác giả nào cộng tác.** *(Vì vậy, mỗi tác giả trong nước khi gởi bài đăng , dưới tác phẩm thơ / văn, ngoài bút danh với tên thật hay điện thoại là tốt... Nhưng xin đừng ghi như bên VN là CMND và tài khoản ..v..v..*

Bài vở đánh máy trên một mặt giấy. Xin dùng Microsoft Word với công cụ đánh chữ **Uni Code hay Unikey** là tốt nhất. Nên dùng Font chữ thông dụng nhất là **Time New Roman.** *Bài vở không đăng chúng tôi không gởi trả lại. Theo nguyên tắc chờ một số mà không thấy đăng, số kế tiếp nếu có đăng thì chúng tôi sẽ thông báo, để quí vị không đăng báo khác...*

TẠP CHÍ VĂN HỌC MỚI
PHÁT HÀNH 12 SỐ /NĂM
BẮT ĐẦU SỐ 34 / PHÁT HÀNH VÀO THÁNG 11/2024

NHẬN BÀI TỪ NGÀY 1 ĐẾN NGÀY 15
NẾU AI GỬI TRỄ - SẼ DỜI LẠI SỐ SAU

Gửi bài vở cho tạp chí Văn Học Mới theo 3 hộp thư:
vanhocmoi4@gmail.com
tapchivanhocmoi.tho@gmail.com
ntlthu1016@gmail.com

Ngân phiếu/ chí phiếu mua báo dài hạn, xin đề:
HA NGUYEN
10291 Arundel, Ave
Westminster, CA 92683 - USA

Một cách rất tiện lợi và nhanh nhất là gởi trả qua công cụ có sẵn trong mỗi. ngân hàng là ; Zelle. (khi tác giả nào cần trả qua Zelle hãy email trước cho biết , sẽ cho số phone , kèm theo tên Ha Nguyen nữa là xong.

GIÁ BIỂU BÁO DÀI HẠN 12 SỐ / NĂM

HOA KỲ / MỘT NĂM / $ 240.00 . HAI NĂM $ 460.00

MUA______/ NĂM

CANADA / AUSTRALIA / PHÁP / ĐỨC
MỘT NĂM $ 280.00 . HAI NĂM / $540.00

MUA______/ NĂM

GIÁ BÁN TẠI CÁC NHÀ SÁCH US $20.00

GIÁ BIỂU BÁO DÀI HẠN 12 SỐ / NĂM

HOA KỲ / MỘT NĂM / $ 240.00 . HAI NĂM $ 460.00

MUA______/ NĂM

CANADA / AUSTRALIA / PHÁP / ĐỨC
MỘT NĂM $ 280.00 . HAI NĂM / $540.00

MUA______/ NĂM

GIÁ BÁN TẠI CÁC NHÀ SÁCH US $20.00

GIÁ BIỂU BÁO DÀI HẠN 12 SỐ / NĂM

HOA KỲ / MỘT NĂM / $ 240.00 . HAI NĂM $ 460.00

MUA______/ NĂM

CANADA / AUSTRALIA / PHÁP / ĐỨC
MỘT NĂM $ 280.00 . HAI NĂM / $540.00

MUA______/ NĂM

GIÁ BÁN TẠI CÁC NHÀ SÁCH US $20.00

Chúng tôi NHẬN in ấn tác phẩm thuộc VHNT

NHÀ XUẤT BẢN VĂN HỌC MỚI

Phát hành toàn cầu qua hệ thống Amazon.
Sẽ giao đến tận nhà quí vị. Trên
tinh thần ủng hộ quí Văn Nghệ Sĩ
và thân hữu trong giới sáng tác
Liên lạc Hà Nguyên Du

vanhocmoi4@gmail.com
tapchivanhocmoi.tho@gmail.com
ntlthu1016@gmail.com

Ảnh bìa: **Tranh Xuân Ất Tỵ - Họa sĩ Nguyên Thu**
Oil on Canvas - 36 inches x 48 inches.

Trình bày Bìa & Nội dung: HÀ NGUYÊN DU

*

www.ingramcontent.com/pod-product-compliance
Ingram Content Group UK Ltd.
Pitfield, Milton Keynes, MK11 3LW, UK
UKHW022207051026
15624UKWH00001B/41